HOÀNG SƠN LONG
CHUYỆN QUÊ TÔI
Truyện lịch sử
Xuất bản USA 2017

Chuyện Quê Tôi

*Kính tặng đồng hương
hai tỉnh An Giang và Kiến Phong*

Chuyện Quê Tôi
Tác giả: Hoàng Sơn Long
Trình bày: Văn Thơ Lạc Việt
Ảnh bìa: Hoạ sĩ Trương Thị Thịnh
Tác giả giữ bản quyền

MỤC LỤC

Tựa

Quê tôi thuộc đồng bằng sông Cửu Long, một vùng đất trù phú, với những cánh đồng bạt ngàn, chó chạy cong đuôi, chim bay mỏi cánh, sông rạch chằng chịt thủy sản ăn không hết phải phơi khô hay làm mắm, người dân có một đời sống nhẹ nhàng không phải ganh đua, giành miếng cơm manh áo, cuộc sống dễ dàng nên tánh hào phóng đều có trong lòng mọi người. Tôi may mắn được sinh ra ở vùng đất trời ban cho ân huệ, tôi sống và lớn lên ở một thổ ngư đặc biệt vào thời có nhiều biến cố ảnh hưởng đến đời sống con người, những nhân vật mang tính lịch sử vào hậu bán thế kỷ 20.

Khu tứ giác Long Xuyên theo những thầy địa lý và phong thủy nói: "Đất nầy thuộc linh địa, với một địa hình rất đặc biệt: mặt trước có 3 sông, phần sau có 7 núi (tiền tam giang, hậu thất lĩnh) Địa linh tức sinh nhân kiệt một điều kiện ắt có và đủ. Thật vậy cái xứ của tôi đã sinh những bậc kỳ tài, những người nầy chỉ xuất hiện trong những hoàn cảnh đặc biệt chính thời thế đã tạo ra những người mang tính thời đại. Hay họ là những người tạo ra thời thế? Bên cạnh đó có những câu chuyện được nhiều người nhắc đến lâu ngày nó trở thành một huyền thoại. Những truyện trong tập sách nầy không là những sáng tác nhưng nó là những chuyện thuộc về lịch sử được xếp đặt theo thứ tự thời gian, tôi chỉ làm công việc viết lại cho mạch lạc mong làm sống lại các nhân vật mang tính lịch sử.

Nay kính

Ông Đạo Ngoạn

(1820-1890)

*T*ập Giảng xưa bằng chữ Nôm viết theo thể lục bát, tác giả khuyết danh cho biết ông Đạo Ngoạn là một trong 12 vị đại đệ tử của Đức Phật Thầy Tây An (1807- 1856). Tục danh Đặng Văn Ngoạn, sinh quán tại làng Nhị Mỹ, tổng Phước Thạnh, quận Cao Lãnh, tỉnh Kiến Phong (Đồng Tháp), trong lòng sông Cần Lố thuộc xẻo rạch Trà Bông sinh sống với ruộng đồng. Cha mất sớm ông sống với mẹ cùng người anh trai và một em gái, cả gia đình cố gắng làm việc cần mẫn tạo lập ruộng vườn khả dĩ nuôi sống gia đình. Lúc nhỏ ông thường đến chùa Cần Lố để học chữ Nho, sư trụ trì rất thương mến thấy đứa bé bản chất hiền lương, tánh tình siêng năng lại thông minh. Cái thời đó muốn biết chữ chỉ có các sư dạy hay thầy đồ phải đi xa lại tốn tiền học phí. Ở chùa cái gì cũng miễn phí, con cái nông dân thường đến chùa học chữ và làm công quả. Năm 20 tuổi lòng phát bồ đề tâm, ông xin phép mẹ tìm nơi tu tâm dưỡng tánh. Người mẹ nào không thương con, tuy ông đã lớn khôn, nhưng bà đâu muốn mẹ con xa nhau. Bà muốn ông lập gia đình sinh con nối nghiệp cha ông. Ông bảo với mẹ:

"Anh hai đã lập gia đình đã có cháu nội cho bà bồng ẫm, còn em gái đã yên bề gia thất. Trong lòng con không vui thú việc trần thế. Xin mẹ cho đi để thỏa mãn ý nguyện."

Ngày ông rời khỏi nhà gia tài của ông chỉ có chiếc ghe tam bản, ít quần áo và vật dụng nấu ăn. Ông chèo ghe vào rạch ông

Bường lựa nơi thanh vắng để tịnh tu, chung quanh chỉ là rừng tràm, ban đêm hương tràm tỏa mùi hương ngạt ngào, ong mật làm tổ trên cây nhiều không thể đếm. Ông tìm khoảnh đất trống lên liếp đắp nền nhà để tránh mùa nước nổi, ông đốn tràm cất lều che nắng mưa. Nguồn tài nguyên nuôi sống ông chính là mật ong, ông lấy mật đem ra chợ đổi lấy gạo và tương chao. Những thợ rừng đi lấy mật thường tiếp xúc với ông. Ông khuyên họ khi lấy mật chỉ nên đuổi ong đi đừng giết chúng mà mang tội sát sanh, ông đem lý thuyết nhà Phật giảng dạy cho họ hiểu, tiếng đồn ra ngoài, nhiều người tìm đến ông để học đạo ngày càng đông. Khiến không ít người ganh tỵ tố cáo ông với chánh quyền địa phương. Làng sai lính đến bắt ông đem về Cây Me (nay là Doi Me) để tra hỏi. Họ bảo: ông thầy tu sao không cạo đầu lại để tóc để râu? Ông trả lời:

"Tôi tu tâm nên không cần cạo đầu, cạo đầu mặc áo thầy tu chỉ là hình thức, tu hành là trao tâm sửa tánh mới gọi là tu".

Chánh quyền kết tội ông có âm mưu làm chuyện bất chánh tụ tập đông người ở chỗ hoang vắng. Anh ông là Bổn Chánh đến làng phản đối cũng bị bắt luôn. Mẹ ông phải nhờ người bà con có thế lực ở Mỹ Trà Cao Lãnh can thiệp hai anh em ông mới được thả. Về nhà buồn lòng, ông dự tính sẽ lên non để tránh tiếng đời. Tuy nhiên ông phải ở lại nhà phụ giúp mẹ một thời gian, tháng Chạp năm Canh Tuất (1850) ông nghe tin Đức Phật Thầy Tây An được chánh quyền tỉnh An Giang cho lên núi Sam hành đạo, một lần nữa ông từ giã mẹ để đi gặp Đức Phật Thầy xin quy y năm đó ông đã 30 tuổi.

Từ Cao Lãnh ông quá giang ghe buôn qua sông Tiền lên bờ theo đường bộ đến chợ Cái Tàu làng Tòng Sơn là nơi Đức Phật Thầy cứu nhân độ thế đầu tiên, ngày đi đêm nghỉ phải ba ngày liền mới đến núi Sam. Chùa Tây An ở chân núi Sam chùa tu theo phái Thiền Lâm Tế, ông vào chùa xin gặp Đức Phật Thầy vị trụ trì bảo ra phía sau chùa để tìm. Gặp được Đức Phật Thầy ông quì lạy và xin qui y, Đức Thầy thấy ông là một thanh niên có gương mặt phúc hậu, tiếng nói nhỏ nhẹ, phong cách điềm đạm nên thu ông làm đệ tử và cho ông vào núi Voi hiệp cùng sư huynh Bùi Văn Thân tức Tăng chủ Bùi Thiền Sư mở trại ruộng. Lần đầu tiên khi gặp Phật Thầy ông cảm thấy toàn thân nóng lên như có luồng khí đi vào người, ông thấy Đức Phật Thầy râu dài tới bụng, đôi mắt sáng như sao trời, hình dáng uy nghi, cốt cách tiên phong đạo cốt, ông biết rằng mình đã gặp minh sư.

Vào núi Voi làm việc với Tăng chủ Bùi Thiền sư một đệ tử có uy tín với Đức Phật Thầy được giao phó lập làng Xuân Sơn và Trại ruộng Hưng Thới, ông có đủ đức độ và tài năng thay thế Đức Phật Thầy coi sóc hai cơ sở đó. Chính Đức Phật Thầy đã đặt cho ông đạo hiệu Bùi Thiền Tăng Chủ, người đời gọi ông là ông Tăng Chủ. Ông sống độc thân không vợ con, ông xin người cháu tên Bùi Văn Tây con người em làm con nuôi từ nhỏ, ông Bùi Văn Tây cũng qui y với Đức Phật Thầy. Ông Tăng Chủ hình vóc cao to, miệng rộng, tai dài, hai bàn tay khi buông xuôi dài tới gối, tiếng nói sang sảng nhưng tánh tình luôn ôn lương hiền hậu, bao nhiêu việc nặng nhọc ông đều đảm đang. Thời gian ở đây tuy không lâu chỉ trên một năm ông học được từ ông Tăng Chủ rất nhiều việc như: phương pháp tu hành theo môn phái Bửu Sơn Kỳ Hương, cách thu phục lòng người, phát phù trị bịnh…, ông Tăng Chủ không những trị bệnh cho người, ông còn trị cho thú dữ như hổ, báo, voi tương truyền có lần ông trị cho một con hổ mắc xương. Những thú đánh nhau bị thương đến ông xin băng bó.

Sau 14 tháng ở núi Voi với ông Tăng Chủ, ông được gọi trở về núi Sam hiệp cùng ông Đạo Thạch giúp Đức Phật Thầy phát phù trị binh và coi sóc trong chùa. Tại đây, thỉnh thoảng ông cũng gặp ông Đạo Xuyến, tuy mới qui y với Đức Phật Thầy trước ông không lâu nhưng là người trẻ tuổi nhất mới 17 tuổi, nhưng có tài trị bệnh và biết hốt thuốc xem mạch cho toa, Đạo Xuyến không thường xuyên ở chùa mà đi vân du khắp nơi. Đức Phật Thầy dạy ông đóng ghe chạy buồm ghe ngừng đâu lên bờ trị bệnh cho dân và truyền đạo Tứ Ân. Trong thời gian ở chùa Tây An, ông được Đức Phật Thầy tin yêu, giao việc tri khách cho tiếp đón khách thập phương. Ông ở kề cận với Thầy được bốn năm, ông thấy lòng mình nhẹ nhàng thanh thản, học được nhiều kinh nghiệm trong việc phát phù trị bệnh. Ông mong cầu sớm được giác ngộ nhưng có một ngày Đức Phật Thầy gọi ông vào bảo:

"Con phải xuống núi trở về nhà phụng dưỡng mẹ già và cưới vợ sinh con nối dõi tông đường. Thầy xem con nợ trần còn nặng, chưa thể tu giác ngộ trong lúc nầy. Con phải trở về trả nợ thế gian cho xong. Năm mười năm nữa con mới có thể an nhàn liễu đạo".

Ông Đạo Ngoạn không muốn xa thầy và các chư huynh đệ, ông bịn rịn xin được ở lại vài hôm thu xếp công việc trong chùa rồi mới về quê. Tin Đạo Ngoạn sắp xuống núi đến tai Thị Nhị là một nữ tín đồ trong chùa lo việc nấu nướng. Từ lâu Thị Nhị có cảm tình với Đạo Ngoạn nhưng không dám nói ra, nay được dịp Nhị đến gặp Đạo Ngoạn tỏ ý muốn cùng ông xuống núi và hứa trọn đời chung sống với ông. Đạo Ngoạn thấy Nhị là một phụ nữ siêng năng, hiền lành lại biết nấu nướng nên bằng lòng. Cả hai đến gặp Đức Phật Thầy bày tỏ ý định và xin phép xuống núi về Trà Bông quê của Đạo Ngoạn. Đức Phật Thầy thấu suốt căn cơ của người đệ tử, Ngài bảo:

"Việc nầy tùy ý các con nhưng sau nầy đệ tử phải chịu nghèo khổ, phải trốn tránh khắp nơi để trả quả nghiệp đến năm 60 tuổi mới hết nghiệp."

Đạo Ngoạn nghe Phật Thầy bảo trong lòng không vui năm đó ông mới 35 tuổi, ông suy nghĩ nếu là nghiệp quả thì mình phải trả không thể trốn tránh được, nếu cưới vợ là tạo nghiệp hay trả nghiệp ông cũng không biết, phải đợi sau nầy ông mới thấy lời Phật Thầy quá đúng. Ngày Rằm tháng 7 năm Giáp Dần (1854) ông và Thị Nhị từ giã Phật Thầy và các huynh đệ cùng các tín đồ trên núi Sam về Trà Bông ghé thăm mẹ trước. Bà cụ thấy ông chịu lấy vợ thì bà yên tâm và vui mừng từ đây về sau có dâu con bên cạnh.

Ông cất chùa ngoài vàm rạch Trà Bông cho gần nhà mẹ là một cư sĩ tại gia ông lo việc mưu sinh cho gia đình, đất ruộng nhà đã có anh hai lo, phần ông phải đi phá đất lâm của ông

Mười ngoài Nhị Mỹ chờ mùa tới mới gieo lúa, chưa tới mùa thì ông chữa bệnh và truyền bá Đạo. Bà con trong làng đến nghe ông giảng Đạo và phát phù trị bệnh rất đông. Vợ ông, Thị Nhị về đây tánh tình thay đổi không còn biết lo tu hành như hồi ở núi Sam. Lúc đầu bà còn đến nhà mẹ chồng chăm sóc cho bà Cụ, nhưng về sau Thị Nhị đố ky với vợ của anh Hai, cũng là dâu con nhưng cả hai nàng dâu không thuận thảo, Thi Nhị không qua nhà mẹ chồng nữa, ở tại chùa tiếp khách, giúp ông phát phù và lân la làm quen với khách. Thị Nhị sinh tánh tham khi người bệnh được Đạo Ngoạn trị hết bệnh họ muốn tỏ lòng biết ơn, Thị Nhị nhận tiền của họ. Đạo Ngoạn biết được la rầy bà bảo không được nhận tiền bạc hay tặng vật, điều nầy trái với tôn chỉ hành đạo của ông và của Bửu Sơn Kỳ Hương do Phật Thầy lập ra. Ông hết lòng giảng dạy cho vợ hiểu việc làm của ông chỉ nhắm mục đích cứu giúp người, nhưng Thị Nhị cứ làm liều không kiêng nể chi hết, bà thu tóm tiền bạc cất dấu làm của riêng. Đạo Ngoạn thất vọng về người vợ có tánh tham lam, ích kỷ, để ngăn chặn vợ không làm việc trái với tôn chỉ. Ông âm thầm vận dụng thần chú mời thần hỏa đến thiêu rụi chùa cùng rương tiền của Thị Nhị cất dấu từ lâu nay cũng cháy sạch.

Đạo Ngoạn rất đau lòng khi hay tin Phật Thầy viên tịch quá sớm chỉ thọ 50 tuổi. Mới chỉ có 2 năm, sau khi ông rời chùa đã không còn có dịp trở lại thăm Thầy. Trước khi tịch diệt Phật Thầy cho biết Ngài sẽ trở lại với thân xác khác để hóa độ chúng sanh. Lúc nầy giặc Pháp đang chiếm 3 tỉnh miền Tây loạn lạc nổi lên, ông phải đem gia đình đi lánh nạn cũng như những muôn người khác. Trên bước đường lánh nạn, Đạo Ngoạn chỉ cho Thị Nhị thấy cảnh đau thương máu lửa của chiến tranh tràn phá và luật vô thường của tạo hóa để Thị Nhị chừa bớt tánh tham. Sau khi tình hình ổn định người dân quay về sửa chữa nhà cửa, cày cấy chăn nuôi tạo dựng đời sống mới, Đạo Ngoạn cũng đưa gia đình về lại Trà Bông dựng lại chùa xưa. Lần nầy bổn đạo và khách thập phương đến rất đông, ông mát tay chữa lành bệnh nhiều người tiếng đồn đi xa. Bên cạnh đó Thị Nhị tánh tham vẫn không chừa thu thập tiền bạc đem gởi cho người thân của bà cất giữ, chẳng những thế bà còn ra mặt chống đối ông trước mặt mọi người, khiến nhiều người bất mãn yêu cầu ông phải cản ngăn bà không cho làm bậy.

Trên tinh thần Phật Giáo, Đạo Ngoạn thấy vợ mình căn trí quá u tối, si mê gần đèn mà không thấy được ánh sáng, ông cố gắng giáo hóa vợ nhưng hình như vô hiệu, càng ngày tánh tình bà trở nên hung dữ không còn biết phải trái là gì. Bà thường hành hung ông coi chồng không ra gì hết, ông chỉ còn cách duy nhất là không nhận chữa bệnh. Lập tức bà nổi cơn thịnh nộ bắt ông giao chùa, vật dụng trong chùa cùng áo quần của ông cho bà năm giữ. Cuối cùng bà dỡ chùa đem đi nơi khác không chừa một thứ gì ngoài bộ đồ trên người ông. Bà con trong đạo phản đối Thị Nhị không cho bà làm nhưng bà bảo:
"Chùa nầy do một tay tôi dựng nên, nay tôi muốn dời nơi khác không ai có quyền ngăn cản".
Bà con hỏi Đạo Ngoạn tính sao? Ông chỉ biết lắc đầu nói:
"Bà ấy nói của bả thôi thì bà muốn làm gì thì làm tôi không ý kiến chi hết. Bà con cứ để bả lấy chùa đem đi tôi cũng không cần nữa."

Đạo Ngoạn không than trách hay oán hờn Thị Nhị, ông biết đây là nghiệp chướng ông phải gánh chịu. Bà con thấy vậy thương tình, họ cùng nhau hiệp lực cất lại chùa khác cho ông. Chùa xây xong Thị Nhị quay trở lại bắt ông phải về chùa của bà ở rạch Thá La cách chùa cũ không xa lắm nhưng ông không chịu. Thị Nhị nhất định bắt ông phải về chùa của bà để trị bệnh, bằng không bà sẽ ở lại chùa mới cất quậy phá để ông không thể nào hành đạo. Đạo Ngoạn trong lòng rất đau khổ vì một bà vợ vừa ngang tàng không biết lý lẽ phải trái, tốt xấu lại có tánh tham lam, ích kỷ. Túng cùng ông phải ẩn lánh ở miệt Thất Sơn để tránh xa Thị Nhị, ông hy vọng với thời gian xa cách Thị Nhị sẽ quên ông và đi lấy chồng khác. Thị Nhị dò la biết ông đang ở trong vùng Thất Sơn, bà gom góp tiền bạc lên núi ông Két cất chùa đón ông về ở chung. Núi Két còn gọi Anh Vũ Sơn là cửa ngõ để đi vào vùng Bảy Núi như: núi Giài 5 giếng (Ngũ Hồ

Sơn) kế bên núi Két, núi Gấm hay Thiên Cẩm Sơn, núi Tượng…Biết chuyện không đơn giản trong thời gian chu du miền Bảy Núi ông giao kết nhiều bậc tu hành trong đó có một người tên Tường rồi cả hai người theo kinh Vĩnh Tế vào đất Hà Tiên qua biên giới Miên vào núi Tà Lơn.

Núi Tà Lơn người Miên gọi Bokor thuộc tỉnh Kampot là một vùng núi hoang vu đầy huyền bí ít người lui tới, với đỉnh cao trên 1.000 mét, so với núi Cấm của Việt Nam chỉ cao 800 mét. Núi Tà Lơn nằm trong dãy núi Damrei cây cối xanh rì, có suối chảy quanh năm. Không gian u tịch rất thuận tiện cho việc tu hành, đúng là nơi để tu tâm dưỡng tánh. Tương truyền có nhiều vị cao nhân vào đây tu hành đắc đạo như trường hợp ông Cử Đa tên thật Nguyễn Đa người quê Qui Nhơn Bình Định, vì ông nói tiếng miền Trung nên người dân địa phương gọi ông là ông Thầy Huế. Ở núi Tà Lơn một thời gian ông Đạo Ngoạn luyện được rất nhiều pháp thuật, có một hôm ông bảo với người bạn là ông được thần linh mách bảo mẹ ông đang đau nặng chờ ông về lo thuốc men, nên ông muốn rời núi Tà Lơn về nhà. Bạn ông muốn ở lại hay theo ông xuống núi về Trà Bông tùy ý, cuối cùng người bạn theo ông để xem thiệt hư. Khi về đến nhà đúng như lời thần linh mách bảo, mẹ ông đang bệnh nằm trên giường.

Trên đường về nhà ông ghé núi Két hái thuốc mang về trị bệnh cho mẹ, lo thuốc thang cho mẹ vừa khỏi bệnh nhà không còn tiền bạc chi hết, ông phải lên núi Két làm thuốc cao, thuốc dán để kiếm tiền độ nhật, lúc nầy vợ ông Thị Nhị đã trở về Tha La không còn trên núi Két nên ông không gặp trở ngại nào. Trong thời gian nầy ông giúp cho Bùi Văn Thân, ông Cả Lăng, ông Chủ Dương chấn chỉnh lại các chùa chiền trong làng Hưng Thới, ông vào Thới Sơn bí truyền tâm pháp cho ông Từ Đọt và dặn dò công việc truyền đạo trước khi ông rời Thới Sơn. Trở về Trà Bông ông sống chung với mẹ, nghe mẹ than thở chỉ mong ông cưới vợ lần nữa cho yên bề gia thất thì mẹ mới yên lòng, ông vâng lời mẹ đến Mỹ Long cưới vợ. Người đàn bà nầy tánh nết thuần lương, nhân hậu, tướng người xem cũng được, lại biết lo làm ăn có dư ra một số lúa gạo. Bà Thu người vợ thứ nhì cùng chồng là Đạo Ngoạn lo dành dụm dự định khi có ít tiền sẽ về Trà Bông dựng lại chùa cũ nay đã hoang phế.

Thị Nhị vợ trước của Đạo Ngoạn hay tin ông Ngoạn cưới vợ đang ở Cái Sao Hạ (Mỹ Long) sanh lòng ganh tị đem ghe từ giồng Thá La đến Mỹ Long chở hết lúa và muối của vợ chồng Đạo Ngoạn đi. Bà Thu bản tánh hiền lương không chống cự lại. Thấy việc bất bình, ông Hương Chủ Sắc là người có uy quyền trong vùng đứng ra can thiệp không cho Thị Nhị chở lúa đi. Đạo Ngoạn không đứng ra bênh vực vợ trái lại còn xin ông Hương Chủ đừng can thiệp. Ông bảo đây là nghiệp quả ông phải trả như lời tiên tri của Phật Thầy. Ông Chủ Sắc thấy không có nguyên cáo nên không thể ngăn cản Thị Nhị, tuy nhiên ông bắt phải làm giấy từ đây về sau y thị không được đến Mỹ Long quậy phá. Từ đấy về sau vợ chồng Đạo Ngoạn lo làm lụng, lo cho gia đình và mẹ già ít lâu sau tiền bạc có dư bà Thu theo chồng về Trà Bông cất lại chùa ngay nền cũ. Bổn đạo nghe tiếng trở về thăm viếng và nghe thuyết pháp rất đông. Công việc đang tiến hành tốt đẹp bỗng dưng bà Thu phát bệnh ngặt nghèo qua đời, số mạng bà đã dứt mặc dù Đạo Ngoạn cố gắng cứu chữa nhưng cũng đành bó tay. Ông rất đau buồn, ông giao hết tài sản của bà Thu cho hai người cháu của bà quản lý rồi đóng cửa tịnh tu ở tuổi 50.

Bốn năm tịnh tu, an định thần khí không tiếp xúc ngoài đời. Năm Giáp Tuất (1874) bệnh thời khí hoành hành nhiều nơi làm nhân dân lo sợ, quan chức hội tề làng Nhị Mỹ họp bàn nhau quyết định đến Trà Bông mời Đạo Ngoạn ra trị bệnh cho dân. Với lòng từ bi Đạo Ngoạn đem hết tài năng sẵn có học được từ Phật Thầy với bao năm tịnh tu nghiên cứu y dược thuốc Nam. Đạo Ngoạn đã chữa lành bệnh nhiều người, một đoạn trong tập "Đạo Ông giảng tập" mô tả cách chữa bệnh của ông như sau:

"Chuyển xoay kinh chú như thần,
Ôn hoàng dịch khí một lần phải kiêng.
Phù linh hay tợ thuốc tiên,
Phun đâu giải đó mạnh liền như xưa."

Sau trận dịch, danh tiếng Đạo Ngoạn đồn đi xa, người dân tìm đến ông để xin chữa bệnh rất đông. Chánh quyền Pháp ở Định Tường lo ngại nên xuống lệnh bảo nhà cầm quyền ở Sa Đéc phải điều tra xem việc tụ tập đông người ở Trà Bông có phải mưu đồ làm phản hay không, nếu là sự thật phải bắt ngay Đạo Ngoạn. Hương chức làng Nhị Mỹ hay tin không tốt nên tìm cách hóa giải, họ bày việc thỉnh sắc thần để ở hậu liêu chùa, đồng thời báo cáo lên cấp trên sự tụ tập đông đảo là do dân tổ chức cầu an, và cúng thần phù hộ cho được mùa, mưa thuận gió hòa, chớ không có mưu đồ chi hết, nhờ vậy chánh quyền cấp tỉnh bỏ qua không để ý, dân chúng được tự do tới lui chùa Trà Bông. Đạo Ngoạn ngoài việc chữa bệnh cứu người, người hết bệnh cảm ơn công đức, nghe lời khuyên của ông lo tu tâm sửa tánh, kính trọng Phật Trời, nhớ công lao cha mẹ, tổ tiên ông bà lo ăn ở hiền lành. Đạo Ngoạn gieo hạt giống bồ đề vào lòng mọi người, từ người dân cho đến chánh quyền địa phương đều mến mộ đức độ của ông.

Từ ngày bà Thu người vợ thứ 2 của ông mất đi, ông không còn tha thiết hay nghĩ đến chuyện tục huyền. Bấy giờ ông đã ngoài 50 còn mẹ ông rất già, bà thấy ông đơn chiếc một mình không có con nối dòng, người mẹ khuyên ông nên lấy vợ, vâng lời mẹ ông đi cưới bà Nguyễn Thị Huệ ở rạch Cái Vừng cũng không xa rạch Trà Bông, cả hai thuộc làng Nhị Mỹ. Bà Huệ là một phụ nữ đảm đang coi sóc trong ngoài lại sớm hôm phụng dưỡng mẹ già, ông Ngoạn rất vui nếu so sánh với Thị Nhị người vợ đầu tiên từ núi Sam ông mang về, ông nghĩ Thị Nhị là người biết đạo đức vì đã từng giúp việc cho chùa, nhưng lòng người thâm sâu khó ai biết được đã làm nhiều việc trái lương tâm khiến ông điêu đứng nhiều phen, cuối cùng ông phải lánh xa và bỏ trốn nhưng cũng không yên thân. Thị Huệ giúp ông tiếp đãi tín đồ, chăm sóc bệnh nhân nếu cần giúp, năm Canh Thìn (1880) ông đúng 60 tuổi đêm nằm mộng thấy chim công vào nhà cũng trong năm đó Thị Huệ mang thai và sinh cho ông một đứa con trai, ông đặt tên cho con Đặng Công Hứa giống như điềm mộng. Cuộc đời của ông từ đó về sau êm xuôi, ông xem kinh giảng đạo, chữa bệnh, tu bồi công đức. Quan niệm ngày xưa làm thân trai phải cưới vợ sanh con nối dõi tông đường mới gọi là con có hiếu. Đạo Ngoạn 3 lần cưới vợ mới sinh con. Hai người vợ trước ở với ông không có con, Đạo Ngoạn không phải là tu sĩ, ông chỉ là cư sĩ tại gia có gia đình nhưng biết giáo lý nhà Phật, ông chỉ thực thi giáo thuyết Tứ Ân do Phật Thầy chủ xướng tức: Ân Tổ tiên Cha mẹ, Ân Quốc Vương, Ân Tam Bảo, và Ân Đồng bào, Nhân loại.

Tết năm Canh Dần (1890) nhân lúc tín đồ tựu về lễ Phật, ông báo cho mọi người biết: "Trong năm nay tín chúng sẽ không còn gặp ông, như vậy mọi người cứ theo lời giảng mà lo tu hành, tạo phước điền, không được xao lãng trên đường tu dù không có ta nhắc nhở". Tín đồ biết đây là lời trối của ông nên bịn rịn không muốn ra về. Ông phải giải thích thuyết "Hữu hình tắc hoại", luật vô thường không ai tránh khỏi, mọi người mới an tâm ra về. Ngày 19 tháng 2 năm Canh Dần, ông tắm gội sạch sẽ ngồi niệm Phật mà tịch diệt thọ 70 tuổi.

Tài liệu tham khảo:
"Thất Sơn Mầu Nhiệm" của Dật Sĩ và Nguyễn Văn Hầu. Xuất bản năm 1955

Ông Đại Diện

Chương I

Con đường Nguyễn Trường Tộ từ Cầu Đúc đi vô chợ Đông An thuộc thành phố Long Xuyên, người ta thấy vài ngôi villa với nóc nhà hình bánh ú lợp ngói đỏ ngoài ra còn có một biệt thự khá to kiến trúc theo Tây phương nóc nhà bằng phẳng không giống như các villa khác. Với kiến trúc mới lạ người dân địa phương gọi nó là "nhà nóc bằng". Lúc đầu dân chúng chung quanh nghĩ ngôi biệt thự nầy của mấy ông Tây, nhưng khi xây cất xong mới biết chủ nhân ngôi biệt thự nầy của ông Bang Nhàn chủ nhân thương hiệu Tân Thành Phát, vì vậy từng trên lầu có để mấy chữ TTP trong khung kính tròn. Một nhà để xe hơi kế bên biệt thự, ngoài ra còn một kho chứa lúa bề dài hơn trăm thước bề ngang 30 thước, bề cao 10 mét với sức chứa hằng ngàn giạ lúa. Phía sau biệt thự là một dãy nhà thấp để gia nhân cư ngụ, sau cùng có hơn mẫu đất để trống. Sự giàu có của ông Bang Nhàn thời đó coi như bậc nhất chợ Long Xuyên. Nhà nóc bằng cất xong vào cuối thập niên 1930, gia đình ông Bang Nhàn chỉ ở vài năm. Thời cuộc thay đổi tuy cách xa chợ Long Xuyên không hơn 2 km nhưng ở đấy không có an ninh về ban đêm. Sau năm 1945 nhà nóc bằng bỏ trống, gia đình ông Bang vẫn ở tại chợ Long Xuyên tiếp tục buôn bán.

Năm 1945 Nhật Bản đầu hàng quân đồng minh, đầu năm 1946 người Pháp theo quân đồng minh vào Việt Nam giải giới quân đội Nhật từ miền Nam đến vĩ tuyến 16, phía Bắc Việt Nam do quân Trung Hoa Tưởng Giới Thạch giải giới. Người Pháp theo chân đồng minh vào Việt Nam chỉ nhằm mục đích đặt ách thống trị và đô hộ Việt Nam thêm một lần nữa. Trong khi các thuộc địa của các quốc gia Tây phương đã tuyên bố độc lập đồng thời các đế quốc Tây Âu cũng trả lại độc lập cho các thuộc địa của họ, chỉ có đế quốc Pháp vẫn còn tham vọng muốn chiếm lại Việt Nam, không trao trả độc lập cho người Việt. Những phong trào yêu nước của người Việt nổi lên chống lại người Pháp, trong đó có đạo Phật Giáo Hòa Hảo do Đức Thầy Huỳnh Phú Sổ khai sáng năm 1939 chỉ trong vòng 6 năm đã qui tụ một khối tín đồ trên 2 triệu người gồm hầu hết nông dân các tỉnh miền Tây Nam Phần Việt Nam, một khối quần chúng to lớn tạo thành một sức mạnh trong phong trào kháng Pháp giành độc lập cho xứ sở. Với giáo lý Tứ Ân người tín đồ Phật Giáo Hòa Hảo nhập cuộc đấu tranh trong tinh thần vô úy thí. Từ những vũ khí thô sơ như tầm vông vạt nhọn, đao, kiếm và một số súng đạn của người Nhật bỏ lại, người tín đồ Phật Giáo Hòa Hảo tự vũ trang chống lại các lực hùng hậu của Pháp.

Tại miền Tây ngoài lực lượng vũ trang của Phật Giáo Hòa Hảo chống lại các trận ruồng bố của Pháp, đánh các đồn bót mới thiết lập, bên cạnh đó còn có tổ chức Việt Minh cũng chủ trương chống Pháp nhưng Việt Minh không có lực lượng vũ trang lớn mạnh, công việc của họ nhằm khủng bố hơn hoạt động quân sự, Việt Minh thủ tiêu, ám sát các viên chức người Pháp, tổ chức biểu tình xuống đường lợi dụng nhóm Thanh niên Tiền phong quấy động chánh quyền địa phương, ngoài ra họ giết hại người tín đồ Phật Giáo Hòa Hảo không theo họ, với chủ trương độc tài sắt máu của Xứ Ủy Nam Kỳ Trần Văn Giàu một đảng viên cộng sản từ miền Bắc đưa vào chỉ đạo phong trào đấu tranh giành độc lập theo đường lối Cộng sản. Sự xung đột ngày càng trầm trọng giữa Việt Minh Cộng sản và tín đồ Phật Giáo Hòa Hảo gây bất lợi cho công cuộc đấu tranh chống Pháp. Đức Thầy từ chiến khu miền Đông quay về miền Tây để hòa giải, ngày 16 tháng 4 năm 1947 trong cuộc họp với Bửu Vinh Đức Thầy Huỳnh Phú Sổ đã bị Việt Minh ám hại. Biến cố ngày 16 tháng 4 năm 1947 đưa đoàn thể Phật Giáo Hòa Hảo vào một khúc quanh lịch sử. Sau khi người lãnh đạo vắng mặt Phật Giáo Hòa Hảo lâm vào một tình thế khó xử, lưỡng đầu thọ địch, một bên chống thực dân Pháp, bên khác phải đương đầu với sự khủng bố của Việt minh Cộng sản.

Trước tình thế khó khăn ngay trong nội bộ Phật Giáo Hòa Hảo có hai quan điểm trái ngược nhau, một bên cho rằng phải hợp tác với Pháp để chống lại hiểm họa trước mắt là Việt Minh Cộng sản, bên kia bảo không thể hợp tác với Pháp vì Pháp là thực dân xâm lược là kẻ thù của dân tộc. Nhưng tình thế ngày một khó khăn Cộng sản ra tay tàn sát, thủ tiêu tín đồ Phật Giáo Hòa Hảo ở khắp mọi nơi. Các vị chỉ huy quân sự Phật Giáo Hòa Hảo tìm cách liên lạc, thương thuyết và đặt điều kiện hợp tác với Pháp, ngày 18 tháng 5 năm 1947 một bản hiệp ước liên quân được ký kết tại Cần Thơ giữa ông Trần Văn Soái và Đại tá Cluzet tư lệnh quân đội Pháp ở miền Tây. Theo một tài liệu của cơ quan quân báo Pháp ghi lại: *"Phật Giáo Hòa Hảo và lực lượng quân sự được chính thức công nhận, với sự tự do tín ngưỡng được sử dụng quân lực Phật Giáo Hòa Hảo để bảo vệ tín đồ, được quyền đại diện trong các hội đồng hành chánh được tăng gia võ trang, và mang phù hiệu riêng của Phật Giáo Hòa Hảo. Người tín đồ Phật Giáo Hòa Hảo cam kết tôn trọng luật pháp, chống lại Cộng sản Việt Minh, hợp tác với bộ tư lệnh Pháp và nhà cầm quyền hành chánh dân sự.."**. Liên quân Pháp và lực lượng vũ trang Phật Giáo Hòa Hảo liên hiệp chống lại Việt Minh Cộng sản, ông Trần Văn Soái được mang cấp bậc thiếu tướng. Những thuộc hạ của ông Trần Văn Soái cũng được gắn cấp bậc hoặc làm đại diện cho ông Soái để liên lạc với Pháp. Ông Trần Văn Soái vốn là tay võ biền không biết tiếng Pháp nên mọi việc giao dịch với Pháp đều phải có người thông ngôn, hoặc những người biết tiếng Pháp đều được ông cử làm đại diện. Trong số người đó có Nguyễn Văn Huấn được cử làm đại diện Phật Giáo Hòa Hảo tại tỉnh Long Xuyên với quân hàm giả định trung tá.

Nguyễn văn Huấn được người dân Long Xuyên gọi dưới tên đại diện Huấn, có khi bị gọi đùa đại diện Quán. Y không phải là quan chức nhưng có tài xế riêng, lính hầu giống như quan đầu tỉnh. Nguyễn Văn Huấn tướng người không cao, nước da bánh mật, mặt thịt, da mặt sần sùi do mụn bọc thời mới lớn để lại, môi mỏng, ăn nói hoang (huênh) hoang. Trong Phật Giáo Hòa Hảo ít người biết Huấn làm gì trước khi ông ta được ông Trần Văn Soái chỉ định làm đại diện ở Long Xuyên, sinh quán ông không phải Long Xuyên, nghe nói ông học ở Cần Thơ có bằng "Đíp Lôm" tương đương với trung học đệ nhất cấp, nhưng vào thời đó trung tiểu học đều dạy tiếng Pháp và theo chương trình mẫu quốc. Đa số người tín đồ Phật Giáo Hòa Hảo vốn thuộc thành phần nông dân ít học và không nói được tiếng Pháp. Những cuộc hành quân của lính Pháp thường đem thông ngôn theo để giải thích, nhưng người thông ngôn không nhiều chỉ có ở những đơn vị lớn cấp tiểu đoàn, đa số người bị tình nghi đều bắt đem về tỉnh rồi tính sau. Nếu là tín đồ Phật Giáo Hòa Hảo bị lính Pháp bắt trong vùng tỉnh Long Xuyên, Nguyễn Văn Huấn có nhiệm vụ xác nhận thì họ được thả ra, trong vai trò nầy đại diện Huấn đã biết cách thủ lợi cho mình.

Năm 1948 Nguyễn Văn Huấn và đám thủ hạ đến chiếm ngụ "nhà nóc bằng" vì đang bỏ trống. Hắn bảo chủ nhà cho Y mượn tạm làm trụ sở để liên lạc với chánh quyền tỉnh, hắn còn nói khi hắn ở đó việc an ninh trong khu vực sẽ được bảo đảm. Một điều đáng ghi nhận khi các lực lượng vũ trang của Phật Giáo Hòa Hảo liên minh với quân đội Pháp, được tiếp tế súng đạn, được tổ chức đội ngũ theo kỷ luật quân đội thì an ninh trong vùng được bảo đảm. Việt Minh Cộng sản không thể tiếp tục giết hại người tín đồ Phật Giáo Hòa Hảo, các tỉnh thành và dân chúng ở miền Tây yên tâm làm ăn, buôn bán. Trong thời gian nầy Nguyễn Văn Huấn rất oai phong có lúc đóng quân phục theo quân đội Pháp có lúc côm lê cà vạt ngồi xe dân sự có lính hộ vệ khác hơn khi mới đến Long Xuyên trong bộ quần áo màu đen, tóc hớt ngắn trên đầu đội nón rộng vành bên hông mang khẩu súng ngắn. Nhà nóc bằng trở thành một trụ sở của Phật Giáo Hòa Hảo treo cờ màu dà có 4 chữ PGHH màu vàng, Trên nóc nhà có gắn mấy cây "ăn ten", phần trên lầu gia đình Nguyễn Văn Huấn ở, tầng dưới làm văn phòng, một phòng lớn nơi Huấn làm việc, một phòng nhỏ phía sau gắn máy truyền tin có nhân viên túc trực, "nhà nóc bằng"trở thành một pháo đài đối diện với đồn "Săn đá" (soldat) do lính Pháp đồn trú bên kia bờ rạch Long Xuyên. Nó cũng là nơi tụ họp của các cấp chỉ huy quân sự Phật Giáo Hòa Hảo, các ông đại đội trưởng ra vào như ăn cơm bữa, rồi các bác nông dân với bộ đồ bà ba đen có búi tóc trên đầu cũng tới lui, ban đêm đèn đuốc sáng trưng chung quanh nhà.

Với Nguyễn Văn Huấn có nhiều cách xưng hô, đối với các tín đồ niên lão gọi Huấn là Chú Tám, những người cùng trang lứa gọi anh Tám. Trong gia đình Huấn đứng hàng thứ 8. Anh tài xế hay lính tráng gọi theo cấp bậc, dân chúng hay nhân viên công sở gọi ông Đại diện. Với những danh xưng như vậy biểu lộ vai trò của Nguyễn văn Huấn, con người của Y thể hiện ở những vị trí theo cách gọi khác nhau. Từ một người không có quyền hành tự nhiên lãnh nhiệm vụ người đại diện lực lượng vũ trang của Phật Giáo Hòa Hảo để liên lạc với người Pháp ở cấp tỉnh, Y cảm thấy mình quan trọng. Trước tiên phải có xe hơi và tài xế riêng, có cận vệ, lính gác, lính tạp dịch... theo cấp số của chỉ huy tỉnh. Người nào muốn gặp phải qua trạm gác ở cổng ghi tên tuổi vào gặp có việc gì? Ông đại diện đồng ý mới được vào. Quan chức là như vậy quan càng lớn càng khó vào.

Mỗi lần Huấn về Bộ Tư Lệnh ở Cái Vồn họp đều được các vị niên lão lãnh đạo nhắc nhở :

" Chú Tám làm đại diện luôn luôn phải nhớ danh dự của đoàn thể trên hết. Những điều khoản mình ký kết với người Pháp chú phải thi hành cho đúng, nhiệm vụ của mấy chú là phối trí, ngoài hiệp định liên quân Pháp và Hòa Hảo ký ngày 18 tháng 5 năm 1947, không một văn kiện nào được ký kết ở cấp tỉnh, nếu không có sự đồng ý của ông Tư lệnh."

Nguyễn Văn Huấn chỉ biết cúi đầu vâng dạ nhưng trong bụng không vui, trong đầu thầm nghĩ mấy ông là cái thá gì, tôi chỉ sợ ông Năm mà thôi, tôi nể mặt mấy ông chỉ vì tôi lo mấy ông nói xấu tôi với ông Tư lệnh mà thôi. Ở Bộ Tư Lệnh, Huấn bắt tay chào hỏi mấy người để râu tóc lớn tuổi lại được thêm lời nhắn:

"Chú Tám, chú mầy nên nhớ tuy là quân nhân nhưng mình khác hơn những người lính quốc gia, mình là người có Đạo phải nhớ lời khuyên bảo của Thầy không thể làm điều sai trái với lương tâm.".

Lại một lời giáo huấn, Huấn bỏ đi ra ngoài. Sau khi nhận chỉ thị Huấn lên xe vọt về Long xuyên. Con người Nguyễn văn Huấn sâu hiểm, lại có tánh tham, miệng rộng môi mỏng nên mồm mép giảo hoạt, đôi mắt sâu lừ đừ người đối diện nhìn y không biết hắn muốn gì. Trong vai trò đại diện hắn chỉ làm những dịch vụ có lợi cho cá nhân hay phe nhóm của hắn trước tiên, quyền lợi đoàn thể tính sau, cái nào hắn có thể lợi dụng được thì hắn để tay vào. Mặt ngoài hắn luôn nói : "hắn chỉ làm việc cho đoàn thể Phật Giáo Hòa Hảo". Bài bản hắn thường nói tín đồ Phật Giáo Hòa Hảo là giáo lý Tứ Ân nhất là Ân Đất Nước được hắn khai thác triệt để, thực hành Ân Đất Nước là yêu nước Việt, nghe hắn nói người ta nghĩ hắn là người yêu nước thực sự. Những tín đồ Phật Giáo Hòa Hảo tham gia chống thực dân Pháp sau khi hiệp định liên quân ký kết một số người đã bỏ ngũ về quê không hợp tác với Pháp, một số vẫn vũ trang chống Pháp và đánh Việt Minh như nhóm của Ba Cụt (Lê Quang Vinh). Đối với Nguyễn Văn Huấn làm đại diện thật sung sướng như câu người ta thường nói : "sáng sâm banh, tối sữa bò", quyền lợi và tiền bạc chui vào túi hắn qua các phi vụ liên lạc với chánh quyền địa phương để can thiệp cho người nầy, xin chức vụ cho kẻ khác tài ăn nói cũng nhưng mánh lới thuyết phục chánh quyền cho đôi bên cùng có lợi trong vai trò trung gian hắn hưởng lợi hai đầu. Hắn không phải quan chức của chánh quyền nhưng cánh cửa nhà nước chỗ nào hắn cũng vào được.

Chú Tư Kính ở Thoại Sơn gia đình có hơn chục mẫu ruộng là tín đồ trung kiên của Đạo có thằng con trai tên Nguyễn Văn Trọng đang làm ruộng bị Tây bắt vì tình nghi hoạt động cho Việt Minh. Tư Kính chạy ra Long Xuyên nhờ Đại diện Huấn can thiệp xin Pháp thả. Tội cho Tư Kính phải đi năm lần bảy lượt, chờ đợi nhiều tiếng đồng hồ mới gặp được Huấn. Thật sự hắn chẳng bận rộn chi cả, đây là sách lược mánh khóe làm khó khi người có việc cần đến Y.

" Anh Tư à ! Tui đã gặp mấy thằng Tây đi hành quân hôm đó rồi. Nó bảo với tôi đã đưa cháu qua công an tỉnh để khai thác. Việc nầy hơi khó, bị đưa qua công an làm việc phải lâu không thể gặp được. Anh để tôi liên lạc với bên đó thử xem, anh về chờ đi, tuần sau anh đến tôi sẽ cho anh biết kết quả".

Tuần sau Tư Kính đến gặp Huấn, hắn bảo phải lo tiền công an mới thả. Tư Kính về nhà chạy tiền đưa cho Huấn, trong trường hợp như vậy giữa Huấn và công an ai là người ăn hối lộ? Huấn không phải là người thật thà làm việc không công, tiền của khổ chủ có khi Huấn lấy hết nhưng vẫn được tiếng giúp người. Hắn thường phân bua với những người nhờ hắn giúp: " Tôi giúp cho quí vị chẳng có lợi gì cho tôi hết, chẳng qua mình là đồng đạo với nhau." Người được hắn giúp phải cám ơn dù phải tốn kém cũng vui lòng.

Những năm làm việc với Pháp, Huấn rất oai phong mỗi khi ra ngoài đi bằng xe hơi có tài xế, một cận vệ, một thơ ký mang giấy tờ sổ sách. Với người Pháp, Huấn luôn cúi đầu vâng dạ với thái độ người đầy tớ trung thành, tiền lương, tiền phụ cấp cho các lực lượng vũ trang của Hòa Hảo luôn bị hắn ăn chận. Mấy tay đại đội biết nhưng không dám tố cáo, ngay cả mấy cha nội nầy cũng giống như Huấn cá mè một thứ chỉ thiệt thòi cho người lính Hòa Hảo. Sống trong biệt thự có lính hầu lính gác Huấn thay đổi nếp sống dân dã trước kia, vợ chồng hắn lột xác hoàn toàn để hòa hợp với hoàn cảnh hiện tại. Bây giờ hắn kiếm được nhiều tiền nhờ ăn chận quân lương, quân dụng của các lực lượng võ trang trong buổi giao thời. Huấn ăn mặc theo dân thị thành, quân tây áo sơ mi, giầy da, đầu đội nón nỉ theo kiểu cách "công tử" hay dân "cậu". Vợ Huấn bóng lọng trông như đào hát quần lãnh Mỹ A, áo lụa hoa cà thướt tha, gương mặt bầu tròn tô lên lớp phấn hồng, đầu búi tóc, đặc biệt miệng lúc nào cũng nhai trầu nên môi không cần thoa son cũng có màu đỏ thắm. Cả hai vợ chồng cung cách quan liêu lúc nào bên mình cũng có kẻ hầu người hạ để sai khiến, mỗi bữa ăn của hai vợ chồng Huấn đều có người đứng hầu bên bàn ăn, thức ăn dọn lên toàn thịt cá ê hề, cao lương mỹ vị. Tô súp măng tây mang lên Huấn nếm thử chê mặn lập tức đổi món khác ngay, miếng thịt bò chiên với khoai tây bị chê cứng nhà bếp lập tức lấy thịt chiên lại cho vui lòng vợ Huấn. Huấn có hai đầu bếp, một chuyên nấu thức ăn Pháp, một nấu theo lối Tàu và Việt không kể người phụ bếp. Mỗi ngày thay đổi thực đơn theo lệnh của vợ chồng Huấn có hôm Huấn muốn ăn theo Tây phương trong khi đó vợ Huấn lại muốn ăn cơm Tàu. Làm bếp cho vợ chồng Huấn không phải là một công việc dễ dàng, phải phục vụ sao cho hợp với khẩu vị mỗi người, đi chợ mua thức ăn phải khéo chọn lựa, lại phải nấu thế nào cho vừa lòng chủ.

Vợ Huấn là người đàn bà tánh tình khó khăn, ít khi thấy nụ cười trên môi, cái miệng lúc nào cũng nhai trầu ngổm ngoảm lại thêm xỉa cục thuốc rê trên môi, tiếng nói của bà rất khó nghe vì bã trầu trong miệng, bà chỉ ngưng ăn trầu khi có khách quí đến nhà. Gia nhân trong nhà gọi vợ Huấn là cô Ba tuy đã ngoài 30 nhưng thích mọi người gọi bằng Cô, vợ Huấn thứ 3 tên Phấn, họ hàng nhà Huấn gọi cô Tám theo thứ của Huấn. Mỗi ngày bà phát tiền cho nhà bếp đi chợ khi mang đồ về nhà bà kiểm soát từng món mua bao nhiêu tiền số tiền còn dư phải hoàn lại cho bà, không ai có thể ăn chặn tiền chợ của bà. Bà có tài nhớ dai món nào bao nhiêu tiền, nếu mua đắt bà sẽ hỏi tại sao? Người đi chợ có nhiệm vụ phải giải thích, thỉnh thoảng bà cùng nhà bếp đi chợ mua hàng nhất là khi có tiệc tùng. Bà Huấn có một cô bé tuổi 14 theo hầu cận, con bé rất lanh lẹ nếu không, không thể đi theo kịp bà, bà đi nhanh nhưng những bước đi của bà rất nhẹ không gây tiếng động, thoát thấy bà đương ở nhà trên, đùng một cái bà đang đứng sau lưng người nấu bếp, nhiều người bị bắt quả tang khi đang nói xấu bà, họ không ngờ bà đang ở bên cạnh, dĩ nhiên những người đó sẽ bị cho nghỉ việc, nên ai nấy đều sợ bà, chẳng những thế tài xế và lính hầu đều tránh né bà.

Mỗi khi ra ngoài dự tiệc với chồng bà chuẩn bị rất kỹ đánh phấn má hồng, kẻ môi son vẽ chân mày, chải tóc, búi tóc cho gọn gàng và gắn bông lên đầu, bà trang điểm soi gương nhiều lần, đeo nữ trang lên người, bông tai, chuỗi ngọc trai hay kiềng vàng, chiếc áo dài may theo kiểu tân thời cổ cao thắt eo, chiếc quần lãnh ôm tròn đôi mông, chân mang giày thêu trông bà sang trọng quí phái với mùi nước hoa thơm phức được tẩm lên người không ai biết trước kia bà thuộc thành phần nào, dù ở trong nhà không ra ngoài bà luôn mặc áo màu, trang điểm phấn hoa giống như sửa soạn để đi đâu vậy. Ông Huấn quần tây áo sơ mi may theo lối kim thời cổ áo thắt "cà vạt" bên ngoài khoác "vết ton", giày da, đầu tóc chải chẻ đôi bôi dầu láng bóng, đội hờ nón nỉ màu xám tro cho có vẻ ta đây. Vợ chồng nhà Huấn đúng là cặp đôi ưng ý, chồng uy quyền một cõi, vợ trùm cho vay một nơi. Tiền chồng kiếm được đưa cho bà cất giữ, bà đem cho vay lấy lãi, muốn vay tiền bà phải có tài sản thế chấp, cầm cố nữ trang hay ruộng vườn quá hạn không chuộc về bà đem phát mãi nhờ vậy bà có nhiều nữ trang quí giá.

Vợ Huấn là một người đàn bà tham lam, gian xảo chỉ biết làm lợi cho mình, bà có những món nữ trang kém phẩm chất để tráo đổi với khách hàng như trường hợp bà chủ tiệm tạp hóa ở đường Cái Sơn đem chiếc vòng ngọc thạch cầm cho bà đến khi có tiền chuộc về không chịu mở ra xem lại cho kỹ càng vì tin tưởng sự giàu có của bà Huấn. Khi về nhà mở ra xem lại thấy không phải đồ của mình lật đật chạy tìm vợ Huấn, bà chủ tiệm tạp hóa cầm chiếc vòng ngọc thạch nói:

"Chị Tám ơi! Chị đưa lộn vòng cẩm thạch nầy không phải của em, nhờ chị xem lại coi"

Vợ Huấn bảo:

"Tôi đã hoàn lại đúng vòng ngọc của chị, đồ tôi cầm không có vòng nào khác ngoài chiếc vòng của chị để phải lẫn lộn."

Bà chủ tiệm tạp hóa đành ôm hận không nói gì được, lỗi ở phần mình không chịu xem kỹ khi nhận lại hàng, bà là người buôn bán không ai gạt được bà, nhưng với vợ Huấn bà bị cú lừa thật đau. Không riêng gì bà chủ tiệm tạp hóa có người cũng bị vợ Huấn lừa đảo như thế nếu ai không chịu xem lại trước mang hàng đi. Gặp người cẩn thận xem xét thấy không đúng đồ của mình đem cầm, họ không nhận. Vợ Huấn giả vờ xem lại rồi đem đồ thật đưa cho khổ chủ và bảo mình lầm lẫn.

Tám Huấn kể từ ngày được cử là Đại diện có kẻ hầu người hạ ăn sung mặc sướng con người mập phì ra, đặc biệt cái bụng no tròn ra giống như ông Địa, người ta bảo Huấn phát tướng. Hình tướng bên ngoài thay đổi, tánh tình bên trong cũng đổi khác luôn so với lúc còn làm việc với ông Năm. Ngoài tánh gian dối, tham lam, tráo trở, ăn nói ba hoa, hắn có tiền nên nói gì cũng có người a dua theo. Tục ngữ có câu: " ăn no, ấm cật" đúng như con người Huấn, con lợn lòng trong người hắn luôn nổi dậy. Hắn có tên tài xế tâm phúc hiểu được ý chủ nên thường chở đến các nhà thổ chơi gái, việc ăn chơi của đàn ông thời đó coi như thông lệ nhưng những người có gia đình và chức phận như Huấn phải lén lút không được công khai. Chuyện Huấn mê đào hát chỉ tội cho cô đào Lệ Hoa của đoàn Thanh Phong bị vợ Huấn đánh ghen làm trò cười cho thiên hạ. Huấn thích các bài ca vọng cổ mê luôn các đào hát cải lương. Lệ Hoa tuy chỉ là đào phụ nhưng ca hay hát giỏi có giọng nói nhỏ nhẹ, khuôn mặt trái xoan, đôi mắt mang nét u buồn nên được các thầy tuồng (đạo diễn) cho đóng vai đào thương. Huấn gặp Lệ Hoa một lần cảm thấy trong lòng xao xuyến muốn kề cận cùng người đẹp, để làm vui lòng cô đào Lệ Hoa. Huấn dùng tiền bạc cùng các món quà nữ trang quí giá tặng. Những ngày tháng đoàn cải lương Thanh Phong đóng đô ở rạp Tân Thành là thời gian Huấn mê đắm cô đào Lệ Hoa, việc làm của Huấn tới tai vợ. Một cuộc đánh ghen nổi đình đám tại khách sạn Hiệp Lợi, Huấn lấy thân hình bệ vệ che chắn cho cô đào hát để vợ không thể xông vào đánh người yêu, còn những người đàn bà đi theo Phấn để đánh ghen cũng đứng yên không dám ra tay. Huấn nắm tay vợ lôi ra ngoài đường, Phấn nằm vạ không chịu đi khóc la um sùm thiên hạ bu lại xem một màn kịch sống động.

Thói trăng hoa của Huấn không hề suy giảm sau vụ cô đào hát của đoàn Thanh Phong ngoài việc đi ăn vụng ở nhà thổ, hắn được tên tài xế tín cẩn mách cho biết ở bên xóm vườn Trầu có cô con gái bà Năm bán xôi ở chợ Đông An tuổi ngoài 20 có chồng mới chết hơn năm, trước ở Nhà Bàng, Tịnh Biên. Nay mang con nhỏ về sống với mẹ, tôi quen với gia đình nầy, tôi chở ông đi xem mặt nếu ông chịu tôi sẽ tìm cách cho ông gần gũi với nó. Con nhỏ nầy tướng tá xem được lắm, gái một con, nước da trắng tuy nhà nghèo nhưng người tròn trịa. Cái nghề làm tài xế cho các ông chủ muốn được tồn tại và được chủ khen thưởng ngoài việc lái xe cẩn thận, giữ xe sạch sẽ, lau chùi bóng loáng, một số người thêm nghề dẫn gái cho chủ. Tên tài xế sống và làm việc với Huấn biết rõ tánh tình của chủ nên chủ tớ song hành lén vợ con làm việc tồi bại. Miệng lưỡi tên Tài làm tài xế cho Huấn không biết bằng cách nào dụ dỗ mẹ con bà Năm bán xôi đồng ý cho Huấn gặp bà Năm trước để thỏa thuận giao dịch. Tiền bạc và uy quyền hai áp lực nặng nề đưa người ta phải chấp nhận những thiệt thòi trong cuộc sống.

Gia đình bà Năm bán xôi đang gặp khó khăn, chồng bà mang bệnh cả sáu bảy tháng nay không đi làm được, gia đình bà đông con lại thêm con gái thứ hai chồng chết, không thể chung chạ với bên chồng nên mang con nhỏ về ở chung với bà, một mình bà với gánh xôi chỉ bán được vào buổi sáng không thể nuôi hết cả nhà. Bà biết tài xế Tài lái xe cho ông Đại diện Huấn thường ăn xôi của bà, bé Hai con gái lớn của bà có khi đi bán tiếp với bà. Tên Tài gặp con bé thường khen đẹp nhưng đường tình duyên sớm gãy gánh, Tài thấy cô bé trong bụng thích lắm nhưng suy nghĩ mình không có khả năng bảo bọc cô ta, nên mưu tính đưa cô bé cho ông chủ của mình, vừa được điểm với chủ và biết đâu còn có lợi trong việc môi giới. Tài vốn người ăn nói giảo hoạt biết tâm lý người nghe, hắn dụ bà Năm gả con gái mình làm bé cho ông Huấn. Ban đầu bà Năm không chịu nhưng Tài nói mãi đồng thời đưa những lợi lộc mà bà sẽ được hưởng, cuối cùng bà Năm xiêu lòng về nhà bảo con gái mình ưng Đại diện Huấn lớn hơn cô gần 20 tuổi. Bà Năm gọi con gái ra ngoài sân nói chuyện riêng không muốn cho chồng biết, bà nói:
"Bé Hai! Như con đã thấy gia đình mình hiện giờ đang túng thiếu, chủ nợ ngày nào cũng đến đòi tiền, mẹ rất mệt. Có chuyện nầy mẹ cần bàn với con, chỉ có con có thể cứu cả nhà qua khỏi cái khó khăn hiện tại."
"Việc gì mẹ cứ nói, coi có thể giúp, con không từ chối."

" Số là như vầy: ông Đại diện Huấn ở nhà nóc bằng bên kia sông thấy hoàn cảnh gia đình mình đang túng quẫn, ông muốn giúp chúng ta. Ổng sẽ cho má một số tiền trả nợ và thêm ít tiền làm vốn để buôn bán sinh lợi."

"Sao ổng tốt vậy, chắc là bồ tát đến giúp mình hả mẹ?"

Bà Năm nghe con nói ngưng một giây rồi trả lời:

" Không phải vậy. Người ta giúp mình phải có điều kiện, thời buổi nầy có ai chịu giúp người mà không bó buộc điều nầy hay điều nọ đâu con."

"Vậy ổng giúp mình với điều kiện gì?"

"Ổng nói: ông thấy con nên ổng thương, ổng hứa sẽ bảo bọc mẹ con của con luôn no ấm nếu con chịu làm bé cho ổng."

"Không được đâu mẹ ơi! Ổng lớn tuổi bằng cha mình sao con có thể lấy ổng được, hơn nữa ổng có vợ con, rủi như vợ ổng biết được đánh ghen thì khổ lắm đó mẹ. Con không chịu."

Bé Hai nói xong trở vào nhà ôm con mà khóc.

Mối lợi mà tên tài xế của ông Huấn hứa với bà khá to, bà không thể nào bỏ qua chỉ có như vậy mới có thể giúp được bà trong giai đoạn nầy. Bà tìm cách năn nỉ, ỉ ôi con gái để nó bằng lòng lấy ông Huấn.

" Mẹ à. Việc nầy rất hệ trọng, đời con có thể hy sinh cho gia đình nhưng còn cha. Cha con có đồng ý cho con làm bé người ta hay không? Mẹ nghĩ lại coi."

" Việc nầy không thể cho cha mầy biết chỉ mẹ con mình thôi. Phần cha, con để mẹ tính."

Đúng như lời giao kết, tên Tài đem một nửa phần tiền cho bà Năm gọi tiền đặt cọc, khi công việc hoàn tất phần còn lại ông Đại diện sẽ giao cho bé Hai. Bà Năm nhận tiền trong lòng hớn hở nhưng sợ con mình làm hỏng việc nên dặn dò con gái cẩn thận, bà không có kinh nghiệm trong việc chìu chuộng đàn ông, nhưng ngoài chợ bà nghe những chuyện phòng the do mấy bà Tám kể, bà nghĩ nên chỉ điểm cho con mình biết để làm vũ khí với đàn ông.

Ngày hẹn đến Bà Năm giữ cháu cho bé Hai xách giỏ đi chợ chiều, bé Hai ra đến đầu đường tài xế đã chờ sẵn. Bé Hai lên xe trực chỉ khách sạn Đồng Tân một nhà ngủ bình dân tương đối ít khách ra vào. Trên xe tài xế bảo Bé Hai khi vào nhà ngủ phải tắm rửa sạch sẽ thay đồ mới Tài đã mua sẵn nhớ phải làm vừa lòng ông Huấn. Ổng là dân Tây luôn lịch sự với phụ nữ em đừng lo, Tài đưa bé Hai đến cửa phòng lấy chìa khóa mở ra và dặn không được ra ngoài đi lung tung, ở đây có nhiều cái phức tạp, xong Tài khóa cửa phòng lại. Làm nô bộc như tên Tài thật chu đáo với chủ, Tài biết rằng mình làm xong việc nầy chắc chắn sẽ được thưởng, ngoài ra hắn phải đòi tiền hoa hồng với bà Năm. Tài biết tánh chủ là người thích trăng hoa, ưa gái đẹp mẫu người như bé Hai sẽ làm ông vui thú "Gái một con trông mòn con mắt".

Bé Hai vào phòng đóng cửa lại, mở đèn lên ánh sáng vàng vọt của ngọn đèn trần làm căn phòng mờ ảo, lần đầu tiên trong đời bé Hai bước vào một căn phòng như vậy, chiếc giường ngủ trải nệm trắng tinh trên giường có cặp gối và một cái mền xếp gọn, bước vào phòng tắm bé Hai thấy có một tủ kệ và một tấm gương lớn treo trên tường, một vòi nước bông sen. Bé Hai đem bộ đồ mới may bằng vải lụa để trên kệ phòng tắm có cả cục xà phòng thơm hiệu 3 cô gái. Bé Hai mở khóa vòi nước, nước tự động từ vòi bông sen phun ra mát lạnh, bé đứng trầm mình dưới vòi nước tưởng chừng như đang tắm mưa lúc còn bé, một cảm giác thật khoan khoái khác hơn ở nhà phải dùng gáo dừa múc nước trong lu để tắm gội. Cục xà phòng xoa trên người tạo một hương thơm thật dễ chịu, được dịp Bé dùng xà phòng thơm để gội đầu, tóc bé dài chấm lưng thường khi bé búi tóc nay xỏa xuống Bé thấy cái đầu như nhẹ đi. Tắm xong Bé bước ra khỏi màn vải che nước, người Bé hiện ra trước khung kiếng làm Bé giật mình tưởng đâu ai đang đứng đó nhìn mình. Từ lâu Bé nghĩ có chồng con rồi không cần quan tâm đến hình dạng nữa.

Bé Hai thay bộ đồ bà ba lụa vào tuy hơi rộng nhưng không sao trông cũng được, Bé ngồi trên giường lau tóc, tóc vừa khô cửa phòng mở ra một người đàn ông tuổi trung niên bước vào vội khóa cửa lại ngay, ồng ăn bận bình thường quần tây áo sơ mi, đầu chải tém gọn gàng, đội mũ dạ, chân mang dép. Ông Huấn

phải ăn mặc lòa xòa để dối vợ đi thăm bộ hạ của mình như thế vợ mới không đòi theo. Ông ngồi xuống cạnh Bé Hai ông nói:
"Em có mái tóc dài đẹp quá. Anh thích lắm"
Nói xong ông một tay vuốt tóc, một tay ghì Bé Hai vào lòng, tâm lý con người đi ăn vụng ngon hơn ngồi bàn tiệc.

Chương II

Tình hình Việt Nam biến chuyển theo thời cuộc, được dịp để Huấn ba hoa mồm mép, hắn bảo Pháp sẽ thành lập quốc gia Việt Nam gồm 3 kỳ Bắc, Trung, Nam nằm trong khối Liên Hiệp Pháp. Những tin tức như thế đều có đăng báo nhưng qua hắn vẽ vời phóng đại thêm theo sự suy đoán của hắn. Hiệp định Vịnh Hạ Long ký ngày 5 tháng 6 năm 1948 trên chiến hạm của Pháp trong Vịnh Hạ Long với sự có mặt của Đặng Hữu Chí, Phan Văn Giáo, Trần Văn Hữu, Lê Văn Hoạch dưới sự chứng kiến của Bảo Đại. Chính phủ Pháp công nhận Bảo Đại làm Quốc trưởng. Hiệp định Vịnh Hạ Long không làm thay đổi tình hình chính trị, người Pháp vẫn tiếp tục cai trị Việt Nam và chia nước Việt làm 3 miền khác nhau. Ngày 8 tháng 3 năm 1949 hiệp ước Elysee ký ở Paris, người Pháp công nhận Việt Nam là một nước độc lập có ngoại giao, tài chánh và quân đội riêng, tuy nhiên vẫn phụ thuộc vào Pháp, quân đội viễn chinh của Pháp vẫn còn ở Việt Nam. Sau hiệp định Elysee vài tháng chính phủ Việt Nam thành lập quân đội quốc gia, các lực lượng vũ trang của Phật Giáo Hòa Hảo được nhập vào quân đội quốc gia dưới sự điều động của chánh phủ. Người Pháp võ trang cho Hòa Hảo nhận trách nhiệm diện địa ở các tỉnh miền Tây, người lính Hòa Hảo có thể nói ăn cơm nhà nhưng vác súng đánh Cộng sản và giữ gìn an ninh thôn xóm. Nay chuyển qua quân đội quốc gia có thể họ bị điều động đi nơi khác nên đa số đều không muốn gia nhập quân đội quốc gia. Nguyễn Văn Huấn coi như mất vai trò đại diện, các sĩ quan Hòa Hảo thiếu năng lực không có trình độ học vấn bị hạ cấp bậc và không thể giữ vai trò chỉ huy, mấy tay đại đội của Huấn đều xin ra ngũ. Trái lại người lính Hòa Hảo khi gia nhập quân đội quốc gia được trang bị đầy đủ, quân trang quân dụng theo qui chế người lính quốc gia, lương bổng chu cấp, một số người trẻ có trình độ học vấn được cho đi học các khóa sĩ quan, những người nầy về sau được thăng cấp giữ những vai trò quan trọng thời đệ II Cộng hòa của miền Nam.

Nguyễn Văn Huấn không chịu gia nhập quân đội quốc gia, cũng không về Cái Vồn làm việc cho Năm Lửa. Ông Trần Văn Soái trong giai đoạn nầy được gắn cấp bậc thiếu tướng về sau lên đến trung tướng. Nguyễn Văn Huấn vẫn chiếm ngụ "nhà nóc bằng" cờ của Phật Giáo Hòa Hảo kéo xuống mấy cây "ăn-ten" trên nóc nhà cũng được dẹp đi, "nhà nóc bằng" thành nhà dân sự, những gì thuộc về Phật Giáo Hòa Hảo hắn đều bán hết làm của riêng, nhà nóc bằng hắn không bán được vì chủ quyền không thuộc Phật Giáo Hòa Hảo, tuy nhiên hắn vẫn chiếm ngụ không trả lại cho chủ nhà là ông Bang Nhàn. Nguyễn Văn Huấn có thể nói là một người theo cơ hội chủ nghĩa, hắn như một loại bò sát, luôn tráo trở thay đổi lập trường.

Căn nhà nóc bằng vẫn là nơi Nguyễn Văn Huấn tập hợp thủ hạ, những người nầy đến để nghe Huấn nói về tình hình chính trị. Năm 1950 chiến tranh Pháp và Việt Minh Cộng sản đánh lớn ở miền Bắc, một số binh lính Hòa Hảo được điều động ra Bắc. Nguyễn văn Huấn được cơ hội nói với thủ hạ:

"Mấy ông thấy không? Theo quốc gia lúc nầy là chịu chết thôi, thằng Tây đang đánh nhau ác liệt ở ngoài kia, đứng ngoài vòng trong giai đoạn nầy là khôn ngoan".

Thủ hạ Nguyễn Văn Huấn đều khen anh Tám sáng suốt nhận định tình thế. Hiệp định Genève ra đời chia đôi đất nước, ông Ngô Đình Diệm được Mỹ đưa về chấp chánh, tháng 9 năm 1954 ông Trần Văn Soái hợp tác với với chánh phủ Ngô Đình Diệm trong vai trò Quốc Vụ Khanh, một chức vụ vô thưởng vô phạt. Nguyễn Văn Huấn được dịp tung hô chánh phủ Ngô Đình Diệm, hắn chạy đôn chạy đáo tìm một chức vụ trong chánh quyền, nhưng thời thế đổi thay tiếng Tây tiếng U của hắn không còn sử dụng nhiều. Tất cả văn thư hành chánh lẫn quân sự đều chuyển đổi qua tiếng Việt, tiếng Anh trở nên thông dụng, hắn cảm thấy mình thừa thãi trong một xã hội mới, hắn thu mình lại, đưa cặp mắt ra ngoài quan sát, chỗ nào có thể kiếm ăn được hắn không ngần ngại chui vào. Hắn thường khoe với mọi người là hắn quen biết ông Tổng trưởng nầy, ông Đổng lý văn phòng kia, Huấn gọi họ một cách thân mật như ông Huỳnh Văn Nhiệm Tổng trưởng Nội vụ bằng "giã". Moi cũng được Tổng thống mời tham khảo, nhưng moi từ chối. Huấn nổ cũng có lý bởi vì Huỳnh Văn Nhiệm cũng làm đại diện như Huấn nhưng ở vùng Cần Thơ do ông Trần Văn Soái giao phó, ông Nhiệm từng du học bên Tây khác hơn Huấn rất nhiều từ trình độ văn hóa cho đến tư cách cá nhân.

Trong các bữa tiệc có mặt nhiều người Huấn nói: "Hòa Hảo bây giờ ngon lành rồi trong chánh phủ hiện nay mình có tới 2 ông Tổng trưởng, ngoài ông Năm làm Quốc Vụ Khanh đặc trách quốc phòng."

Với ông Lương Trọng Tường, Huấn gọi là "Y" hay "Va", ông Tường hả? Moi biết "va" nhiều lắm "y" rất giỏi, lại có bằng cấp đàng hoàng, bây giờ làm Kinh Tế là phải rồi. Ông Lương Trọng Tường là người luôn kề cận bên Đức Thầy được Đức Thầy giao trọng trách thành lập Ban Trị Sự Phật Giáo Hòa Hảo liên tỉnh miền Tây ngang hàng với ông Trần Văn Soái. Huấn chỉ là thủ hạ của ông Năm Lửa làm sao so sánh với ông Tường, nhưng Huấn với bản tánh khoe khoang cứ nhận bừa.

Chỉ một năm sau Ngô Đình Diệm cải tổ nội các thành phần mới không có người của Cao Đài và Hòa Hảo. Trong khi đó sự hợp tác của các lực lượng vũ trang Hòa Hảo với chánh phủ Ngô Đình Diệm không kéo dài quá một năm, với chủ trương độc tài không muốn có một quân đội trong một quân đội. Các tổ chức vũ trang của Cao Đài và Hòa Hảo kể cả lực lượng Bình Xuyên tuyên bố bất hợp tác với Ngô Đình Diệm, ngày 30 tháng 4 năm 1955 Trần Văn Soái cho lệnh rút quân về Cái Vồn, chỉ riêng lực lượng của ông Nguyễn Sơn Giác Ngộ tuyên bố trung thành với Ngô Đình Diệm. Nguyễn Văn Huấn theo gương Nguyễn Giác Ngộ không về Cái Vồn theo lệnh của Năm Lửa. Ngày 10 tháng 6 năm 1955 lực lượng của Trần Văn Soái và Lê Quang Vinh bị đặt ra ngoài vòng pháp luật và bị đánh dẹp theo chiến dịch Đinh Tiên Hoàng, Nguyễn Huệ và Thoại Ngọc Hầu do đại tá Dương Văn Minh cầm đầu. Ngày 17 tháng 2 năm 1956 sau nhiều lần thất trận, ông Trần Văn Soái qui thuận chánh phủ Ngô Đình Diệm và bị cho giải ngũ. Chỉ còn tướng Lê Quang Vinh vẫn tiếp tục chống cự không thể bắt được Ba Cụt, ông Nguyễn Ngọc Thơ hiến kế với Ngô Đình Diệm phải dụ Ba Cụt ra hàng và bắt sống ông ta. Lê Quang Vinh tự Ba Cụt bị chánh quyền Ngô Đình Diệm kết án tử hình với tội danh phản loạn. Ngày 13 tháng 7 năm 1956 lúc 5 giờ 45 phút sáng tướng Lê Quang Vinh bị chặt đầu tại Cần Thơ mặc dù ông xin được xử bắn ở pháp trường nhưng không được chấp thuận.

Nếu tính từ năm 1948 cho đến tháng 4 năm 1955 ông Trần Văn Soái rút quân về Cái Vồn, Nguyễn Văn Huấn chiếm ngụ nhà nóc bằng trên 7 năm để làm việc cho Phật Giáo Hòa Hảo. Ngày 16 tháng 9 năm 1956 Bộ Tổng Tham Mưu ra lệnh giải tán trung đoàn 63 của ông Nguyễn Giác Ngộ và tiểu đoàn thuộc Nguyễn Văn Huấn với lý do không có khả năng tác chiến (binh sĩ đào ngũ và bất mãn). Ông Nguyễn Giác Ngộ vẫn còn tại chức cấp bậc thiếu tướng về Bộ Tổng Tham Mưu ngồi phòng nghiên cứu du kích chiến, Nguyễn Văn Huấn bị cho giải ngũ những thuộc hạ của Huấn cũng cùng chung số phận đều bị cho về vườn không còn cơ hội làm "ông kẹ". Dưới chế độ Ngô Dình Diệm, Phật Giáo Hòa Hảo được nhìn dưới đôi mắt nghi ky, mặc dù các lực lượng võ trang đã bị chánh quyền dẹp tan, số binh sĩ gốc Phật Giáo Hòa Hảo gia nhập quân đội quốc gia bị đối xử như con ghẻ. Ngày trước, người tín đồ Phật Giáo Hòa Hảo tự võ trang đứng lên chống Pháp và cả Việt Minh Cộng sản, nhưng bây giờ không có vũ khí chống Cộng tại chiến trường nhưng người tín đồ Phật Giáo Hòa Hảo vẫn chống Cộng sản bằng tư tưởng vẫn xem Cộng sản là kẻ địch, riêng với chế độ Diệm tỏ thái độ dè dặt, không tin tưởng. Họ bị đẩy vào vị trí cô lập một cái thế thiệt thòi phải chịu đựng không còn phương tiện nào để đối phó, người chiến binh Phật Giáo Hòa Hảo quay về đời sống bình thường giữ Đạo chờ Thầy trở lại.

Nguyễn Văn Huấn không còn chức vụ, không lính gác, không người hầu cận trên nguyên tắc nếu là một người đàng hoàng biết phân biệt tốt xấu, hắn phải trả lại căn biệt thự cho chủ. Nhưng hắn vẫn giữ lấy để ở, chủ nhà muốn lấy lại phải nhờ đến luật pháp. Xét trên lý hắn không có quyền gì tiếp tục ở lại căn nhà trên, ngày trước ông Năm Lửa nói với ông Bang Nhàn mượn tạm nhà nóc bằng làm trụ sở để giao tiếp với người Pháp, bởi vì cả tỉnh Long Xuyên chỉ có "nhà nóc bằng" là có bề thế hơn hết, với người Pháp chỉ nhìn bề ngoài căn biệt thự là họ có cảm tình ngay nó giống nhà bên xứ họ. Nay người Pháp đi rồi, ông Trần Văn Soái bị quản thúc ở Đà Lạt, Nguyễn Văn Huấn không còn chức vụ chi hết nay chỉ là người dân thường như mọi người trong xã hội không có lý do gì tiếp tục chiếm ngụ căn biệt thự đó.

Cửa rào biệt thự bây giờ luôn đóng kín không lính canh, trạm gác bên cửa rào cũng tháo gỡ. Nguyễn Văn Huấn luôn ở bên trong nhà giống như con tắc kè bông ban ngày trốn trong kẹt chỉ xuất hiện vào buổi chiều tối lâu lâu tặc lưỡi kêu: "tắc kè…tắc kè" cái âm thanh nầy làm nhiều người nghe không thích. Nguyễn Văn Huấn lúc nầy tuy không còn lính hầu oai vệ giống như ông quan đầu tỉnh, nhưng người dân trong tỉnh vẫn nể ông mấy phần chỉ vì tiếng tăm của các toán vũ trang khi xưa, dân địa phương không lạ gì những nhân vật có biệt danh như Năm Chày Vồ, Tư Búa, Sáu Thẹo. Ông Bang Nhàn cho người mời Nguyễn Văn Huấn ra chợ để nói chuyện về căn nhà mà y đang ở nhưng Huấn từ chối không gặp chủ nhà. Bang trưởng không phải là một chức vụ trong chánh quyền nhưng có nhiều quyền hạn trong bang hội. Bang trưởng phân xử những tranh chấp trong hội khi có khiếu kiện của những người trong hội. Phán xét của ông Bang phải được mọi người tôn trọng. Bang trưởng là một người có nhiều uy tín và được mọi người kính trọng. Nhưng đối với Huấn, ông Bang Nhàn không là cái thớ gì mặc dù ông Bang Nhàn đóng góp cho Phật Giáo Hòa Hảo rất nhiều tiền. Nguyễn Giác Ngộ và Trần Văn Soái đều biết ông Bang là người xem trọng nghĩa khí. Trần Văn Soái chỉ lên tiếng hỏi mượn "nhà nóc bằng" ông Bang Nhàn vui vẻ nhận lời ông nghĩ đây cũng là một việc góp sức cho Phật Giáo Hòa Hảo. Trái lại khi Nguyễn Văn Huấn vào ở trong một căn biệt thự đầy đủ tiện nghi, ngay vào thời đó các đường dây điện trong nhà đã thiết kế bên trong tường, phòng ngủ nhà tắm, phòng vệ sinh riêng biệt tầng trên cũng như tầng dưới nhà. Người ta thường nói: " ăn cơm Tàu, ở Villa" thật là sung sướng.

Nguyễn Văn Huấn tuy là người có ăn học nói được tiếng Tây thời đó coi như người trí thức nhưng bản chất của Huấn là tên võ biền không phân biệt đúng sai, bản tánh tham lam, tráo trở, mặt dầy không kể liêm sỉ. Một ngày ông Bang Nhàn cho xe kéo đến "nhà nóc bằng", người quản gia của Huấn chạy ra mời ông Bang vào và chạy đi thông báo cho Huấn biết có ông Bang đến. Người quản gia vốn không xa lạ gì với ông Bang, những lá thư xin tiền do ông ta mang đến đưa cho ông Bang lần nào anh ta cũng được ông Bang cho tiền đi xe và uống cà phê, nên ông Bang đến là ông ta mở cổng mời vào nhà. Với người khác phải chờ ngoài cổng khi nào Huấn cho vào mới được mở cổng. Nguyễn văn Huấn trong bộ đồ bà ba trắng tinh bằng vải "soa Pháp" tiếp ông Bang ở bậc tam cấp và mời vào trong. Ông ngồi vào bộ ghế "sa long" bằng gỗ cẩm lai đưa mắt quan sát chung quanh, phòng khách ông ngồi bị ngăn cách bằng tấm bình phong nên không nhìn thấy phía sau, trước tấm bình phong là tủ đứng cẩm lai có chứa ly tách, phòng làm việc của Huấn cửa để mở, trên bàn "bua rô" không thấy giấy tờ chi cả. Huấn sai người pha trà mời ông Bang, ngồi đối diện với ông Bang, Huấn hỏi trổng một câu:

"Ông Bang gặp tui hôm nay có việc chi hay chăng?"

Ông Bang lịch sự vào chuyện:

"Tôi đến gặp ông Đại diện có chút việc muốn thảo luận với ông. Số là căn nhà nầy không còn sử dụng vào việc công nữa xin ông trả lại cho gia đình chúng tôi. Hồi đó ông Năm chỉ nói với tôi chỉ làm mượn tạm một thời gian mà thôi. Tôi mới đồng ý. Nay công việc của đoàn thể không cần đến, ông Đại diện nên tính lại xem."

Nguyễn văn Huấn ngồi lặng yên trong một giây rồi nói:

"Ông Bang thông cảm cho tôi, bây giờ tôi dọn đi không biết ở đâu, thôi để từ từ tôi tính lại. Mấy tháng trước, chắc ông có nghe vụ ông Hai Thu đòi nhà thằng Bảy Kéo, thằng nầy một vợ sáu, bảy đứa con giải ngũ ra không có nghề nghiệp chi hết, đuổi nó đi nhà đâu nó ở. Thằng đó cũng bậy hết sức hôm đó giữa chợ Long Xuyên nó chận đường Hai Thu đòi xin tí huyết cảnh sát đâu dám can thiệp."

Ông Bang Nhàn là người thông minh biết người biết mình sống trong thời buổi nhiễu nhương, vàng thau lẫn lộn những người như Huấn không nhiều, riêng y là người khó nói chuyện phải trái, một thế lực ngầm mà người dân địa phương tự hiểu và cảm thấy ớn lạnh khi phải đối đầu với họ. Đám bộ hạ của Huấn tổ chức trường gà, hốt me, số đề, chứa bạc lấy xâu là những việc làm bị cấm, nhưng họ vẫn làm, người thi hành công vụ không muốn va chạm nên mắt nhắm mắt mở lơ là tưởng như không có không thấy. Nghe Huấn nói vậy ông Bang hiểu Y muốn gì nên đứng lên ra về, Huấn tiễn ông Bang Nhàn ra cửa xong bước trái vào nhà. Ông Bang ra cổng một mình lên xe kéo còn chờ ngoài cổng chở về chợ Long Xuyên. Về đến nhà với vẻ buồn như thất vọng điều gì bà Bang hỏi có chuyện gì vậy? Nhưng ông không nói. Ông suy nghĩ rất nhiều, ông biết Đạo Phật Giáo Hòa Hảo từ buổi sơ khai, ông thấy đây là một con đường khai mở trí tuệ, ông cho người con trai duy nhất của ông qui y theo Đạo và làm việc với những người chung quanh Đức Thầy. Nhưng bây giờ đối diện với một người tín đồ mang danh nghĩa đạo Phật Giáo Hòa Hảo lại có hành động ngang bướng trấn áp người dân thường. Ông không hiểu được lòng người sao có kẻ tệ bạc như thế? Ông dự tính hôm nào ông Nguyễn Giác Ngộ về Long Kiến Chợ Mới, ông sẽ gặp để nhờ ông Ngộ nói giùm việc trả lại nhà. Ông Nguyễn Giác Ngộ là một trong những người chỉ huy lực lượng võ trang, nhưng ông không trực tiếp chỉ huy Nguyễn Văn

Huấn, việc nhờ ông Ngộ chưa chắc đã có kết quả đối với bản tánh của Huấn.

Ông Bang Nhàn phát âm từ tiếng Nhan của tên Kha Nhan, Hội trưởng Hội Ái Hữu người đồng hương Phúc Kiến chủ nhân ngôi biệt thự là một thương gia giàu có tạo lập sự nghiệp từ hai bàn tay trắng. Ông gốc người tỉnh Phúc Kiến (Trung Quốc) sang Việt Nam lập nghiệp theo bước chân người đi trước đã thành công như chú Hỏa (Hui Hui Bon 1845-1901), người Việt ở Sài Gòn và Lục tỉnh đều biết tiếng chú Hỏa người giàu có bậc nhất ở đất Nam Kỳ. Ông Bang Nhàn người cao to, tánh tình cương nghị nhưng giàu tình cảm thường giúp người khốn khó nhất là người đồng hương được nhiều người mến mộ đề cử làm Bang Trưởng trong nhiều nhiệm kỳ liên tiếp. Bang trưởng không phải là một chức vụ trong chánh quyền nhưng có nhiều quyền hạn trong bang hội. Bang trưởng phân xử những tranh chấp trong hội khi có khiếu kiện của những người trong hội. Phán xét của ông Bang phải được mọi người tôn trọng. Bang trưởng là một người có nhiều uy tín được mọi người kính trọng. Ông Bang Nhàn người đứng ra trùng tu ngôi miếu thờ Ông Quách (Quách Phước người Phúc Kiến) gần phố chợ Long Xuyên. Kế bên miếu thờ ông cho xây trường dạy tiếng Quan Thoại và tiếng Phúc Kiến, ông làm nhiều việc từ thiện và xã hội cho người dân cư ngụ trong vùng. Người ta mến ông do tánh bình dị, không kiêu kỳ kiểu cách luôn hòa mình với mọi người, bất cứ việc gì gặp khó khăn nhờ ông giúp là ông hoan hỉ tiếp một tay.

Người ta không khỏi ngạc nhiên khi một thanh niên người Hoa nhập cư vào Việt Nam tiếng Việt không rành chỉ trong vòng 30 năm sau đã tạo một sự nghiệp to lớn có thể liệt kê vào những người giàu có bậc nhất của phố chợ Long Xuyên thời bấy giờ. Năm 1937 ở tuổi ngoài 45 ông đã có một ngôi biệt thự bề thế để nghỉ ngơi tránh sự ồn ào của chợ búa. Trong khuôn viên biệt thự có nhà để xe hơi, có nhà cho gia nhân, nhà bếp riêng để thết đãi khách, ngoài ra một kho vựa lúa bề ngang 30 mét bề dài 100 mét chiều cao 10 mét dùng làm kho chứa lúa ruộng thu từ địa tô, điều nầy cho thấy ruộng đất của ông có trên nghìn mẫu. Ngoài ra tại phố chợ ông có nhiều căn phố cho người thuê mướn để kinh doanh. Ông cần cù chịu khó kinh doanh có được đồng lãi nào ông đều để dành mua ruộng đất, mua nhà phố là hai ngành đầu tư chắc chắn và sinh lợi lâu dài. Nghiêm khắc với bản thân mình nhưng nhân ái với những người kém may mắn. Người ta kính trọng ông không phải vì ông giàu có mà chính từ tấm lòng của ông. Những người thân cận bên ông không phải là người Hoa chính là người Việt từ miền Trung lưu lạc vào Nam gặp ông cứu giúp. Điều nầy cho thấy ông không có óc kỳ thị cục bộ. Tuy tiền bạc có thừa nhưng ông sống giản dị, khuôn khổ. Ông ưa thích võ thuật nên rước nhiều thầy võ về trao đổi, những người giúp việc cho ông nói: ông Bang là một cao thủ võ lâm tay không hạ nhiều người, chiếc đai thắc lưng bằng vải qua vận công ông biến nó thành một vũ khí lợi hại. Võ thuật đối với ông cần thiết, một người đi buôn vào thời điểm đó cần phải biết võ thuật hoặc dùng người biết võ để bảo hộ người và hàng hóa.

Ông Bang có tầm nhìn rộng, biết tính toán lợi hại việc nên làm hay chuyện phải tránh xa. Ông không có may mắn học nhiều ở trường lớp, nhưng trường đời đã dạy ông cách sống, cách cư xử với mọi người sao cho phải đạo. Ông đã làm những bài thơ vè có vần điệu để dạy con cháu từ tiếng Việt qua tiếng Phúc Kiến lấy kinh nghiệm bản thân khi ông học tiếng Việt và tiếp xúc với người Việt. Lúc về già ở tuổi bảy mươi nằm võng đong đưa, trên võng ông ngâm thơ bằng tiếng Hoa âm điệu rất bi ai không biết thơ của ông sáng tác hay của các nhà thơ Trung Hoa, có đôi lúc ông khóc, người ông rũ xuống trông thê thảm những người trong nhà đều im tiếng tránh xa tạo một không gian tĩnh mịch chung quanh ông. Ông hồi tưởng lại cuộc đời của ông từ lúc tuổi thiếu niên với nhiều ước vọng tạo sự nghiệp nhưng sống ở Trung Quốc thời đó chỉ là một quốc gia nghèo đói, loạn lạc triền miên. Ông xuống tàu sang Việt Nam tìm cuộc sống tương đối an bình hơn. Đặt chân đến miền Nam Việt Nam một thuộc địa của người Pháp, đầu tiên ông tìm đến cộng đồng người Hoa nhất là người Phúc Kiến để học hỏi và tìm việc làm. Người Hoa có truyền thống giúp người đồng hương, người đến lập nghiệp trước tương đối ổn định họ có khuynh hướng nâng đỡ người đến sau, họ gắn bó đoàn kết với nhau tạo thành một sức mạnh.

Đầu tiên ông từ Sài Gòn đi xuống Long Xuyên làm công cho ông Bang Từ Kỳ Lân, sau khi thành công trên thương trường ông tham gia bang hội để giúp người khác. Cuộc đời ông luôn hanh thông khi ông kết hôn với cô con gái của ông Bang Từ Kỳ Lân một Bang chủ kỳ cựu trong tỉnh Đông Xuyên về sau đổi thành Long Xuyên. Bà Từ Thị Thạnh một phụ nữ giỏi giang giúp chồng tạo lập sự nghiệp ông bà sống với nhau thật hạnh phúc đồng vợ đồng chồng lo làm ăn chí thú không bao lâu trở nên giàu có. Bà sinh nhiều con nhưng chỉ nuôi được hai người một trai và một gái. Con trai trưởng tên Kha Đặng tự Kha Quốc Cung còn gọi Cậu Ba Cung thời bấy giờ có danh "Cậu". Một nhân vật đại danh từ dùng để chỉ các công tử thời đó. Quan niệm trọng nam khinh nữ ảnh hưởng rất lớn trong những gia đình khá giả, cậu ba Cung là quí tử của ông bà Bang được ăn học đến nơi đến chốn, xuất ngoại du học trong khi đó cô Út Hà con gái của ông Bang cũng cho đi học trường đầm dưới tên Kha Thị Bê nhưng chỉ học hết bậc tiểu học mà thôi, ở nhà học bánh trái nấu ăn thêu thùa theo nề nếp công dung ngôn hạnh. Tài sản ông bà phân chia cho hai con không đồng đều, con gái chỉ được hưởng một phần nhỏ. Phần lớn tài sản gần như toàn bộ giao cho con trai.

Chương III

Tháng 10 năm 1955 Ngô Đình Diệm cải tổ nội các đưa tay chân của mình vào thay thế các nhân vật có gốc Cao Đài hay Hòa Hảo. Nguyễn Văn Huấn thấy tình thế không còn thuận lợi cho y hô phong hoán vũ, nên năm chờ xem thời cuộc ra sao. Không có thu nhập nhưng Huấn có rất nhiều tiền kiếm được trong thời gian qua đủ để hắn sống suốt đời trong nhung lụa, nhà lầu villa hắn chiếm ngụ xem như của riêng. Kho chứa thóc lúa bỏ trống mấy năm nay không dùng đến, hắn cho người lấy cây gỗ trong kho cùng với một số quân vật dụng của người Pháp cấp phát cho các nhóm võ trang mang về quê hắn để xây nhà. Bước đầu tiên hắn cho đàn em dò la tin tức các nhân viên làm việc trong chánh quyền như các ông phó nội an tỉnh, trưởng ty cảnh sát, trưởng phòng nhì…Hắn tìm cách lân la làm quen với những người nầy, chỉ có thiếu tá tỉnh trưởng vốn là sĩ quan dưới quyền của Dương Văn Minh trong các chiến dịch bình định miền Tây là người có thành kiến với Huấn. Hắn tổ chức tiệc tùng mời những người làm việc trong chánh quyền đến ăn uống vui chơi, mục đích muốn kết thân với những người nầy, sau đó khoe khoang sự giàu có của mình. Hắn khôn ngoan dùng căn biệt thự làm tấm bình phong để chứng minh đẳng cấp sang trọng và quí phái, chiêu thức hắn dùng có thể che mắt một số người không biết gốc tích của hắn.

Trong các bữa tiệc được tổ chức tại nhà hay ở tửu lầu Nguyễn Văn Huấn đều côm lê cà vạt chỉnh tề đến bắt tay chào hỏi mọi người, bầu không khí trở nên náo nhiệt hơn khi Huấn tuyên bố mọi người cứ ăn uống thỏa thích tiệc nầy do hắn đãi, bia rượu được rót ra, tiếng nói cười ròn rã làm Huấn thích thú, hắn nghĩ người Việt dễ giao dịch hơn người Pháp, với người Pháp hắn luôn kính nể như ông chủ, bây giờ với chánh quyền mới chỉ cần những bữa tiệc cho họ ăn uống no say, sau nầy nếu có việc gì nhờ cậy đến họ cũng dễ dàng hơn. Một lần trên bàn tiệc có Phó Nội an tỉnh và một sĩ quan phòng nhì Huấn đến rót rượu và mời họ. Ông Phó kéo ghế bảo Huấn ngồi xuống, trong lòng Huấn phấn khởi nghĩ đây là cơ hội làm quen với một quan chức quan trọng trong tỉnh. Nếu so về tuổi tác Huấn lớn hơn họ nhiều nhưng y vẫn tỏ thái động nhún nhường, Huấn nghe Phó Nội an gọi mình là ông Đại diện nên thấy vui.

"Trước khi về đây nhận nhiệm vụ do cấp trên giao phó, tôi đã nghiên cứu tình hình an ninh của tỉnh rất cẩn thận, riêng ông tỉnh trưởng cũng nhắn nhở tôi nhiều lần phải để ý những người như các ông."

Huấn nghe đến đây trong lòng rất hồi hộp nhưng cố giữ bình tĩnh. Phó Nội an nói tiếp:

"Ông nên biết thời thế bây giờ đổi khác rồi, chúng ta có một chính phủ hợp pháp, được quốc tế công nhận, là một quốc gia độc lập có chủ quyền, dưới sự lèo lái anh minh của Ngô Tổng thống. Mọi sự chống đối hay đi ngược lại đường lối quốc gia đều không được ông Cụ chấp nhận, những người như các ông phải thức thời…"

Lời nói sau cùng cũng là một lời cảnh báo của ông Phó Nội an:

"Ông Đại diện à! Có một số tin cho biết ở vùng biên giới giáp với Miên vẫn còn một số võ trang chống lại chế độ như nhóm Tám Nhạn, Sáu Đấu.., trong tương lai các nhóm nầy sẽ bị tiêu diệt thôi. Nếu ông có tin tức gì nên báo cho chúng tôi biết"

Nguyễn Văn Huấn là một người khôn ngoan lanh lợi không đợi ông Phó Nội an tỉnh khuyến cáo tự Y biết phải sống ra sao, việc trước tiên phải hội nhập vào trào lưu mới, hạn chế giao tiếp với những người có Đạo Hòa Hảo, những người trước kia đã từng nằm xuống để hắn tiến lên, hắn muốn quên đi quá khứ muốn xóa đi cái dĩ vãng, hắn nghĩ những cái nầy không còn cần thiết đôi khi nó có thể di hại đến hắn nữa, những bộ đồ bà ba hắn không mặc thay vào đó toàn âu phục giầy da nón nỉ, mỗi khi ngoài hắn mặc toàn bộ com lê màu trắng giống như Ngô Đình Diệm, lái chiếc xe Traction màu đen, chiếc xe nầy hắn cũng mượn của ông Hội Đồng Hòa ở quận Châu thành. Hắn tham gia Phong trào Cách mạng Quốc gia một tổ chức ngoại vi của đảng Cần Lao Nhân Vị do Ngô Đình Nhu tổ chức. Phong trào Cách Mạng Quốc Gia là nơi qui tụ một số công chức, nhân sĩ và quần chúng thành thị. Lãnh đạo Phong trào là các công chức thuộc loại "3C" (Cần lao, Công giáo, Central Viet Nam), để có hình thức quần chúng việc gia nhập Phong trào dễ dàng chỉ cần một lá đơn xin gia nhập đã in sẵn điền vào những chỗ trống ký tên là coi như đoàn viên của Phong trào. Nguyễn Văn Huấn chụp lấy thời cơ tham gia ngay.

Phong trào Cách Mạng Quốc Gia có nhiệm vụ tuyên truyền cho chế độ, mặt khác cho cán bộ đoàn viên học tập chánh trị lấy lý thuyết Nhân Vị của E Mounier làm kim chỉ nam đồng thời dùng nó để chống Cộng sản. Nguyễn Văn Huấn tham gia Phong trào tỉnh với tư cách đoàn viên ít lâu sau hắn trở thành cán bộ của phong trào nhờ vào sự cố gắng và lòng nhiệt thành phụng sự cho tổ chức. Miệng lưỡi mồm mép của hắn linh hoạt làm một số cán bộ phòng trào ưa thích hắn, không ai biết y là một tên hoạt đầu, một người cơ hội chủ nghĩa. Ngày trước hắn lợi dụng tôn giáo mượn danh Đạo tạo danh Đời, bây giờ hắn mượn Phong trào làm bàn đạp tiến thân, hắn dùng Phong trào làm lá chắn để không ai nhòm ngó, địa vị chánh trị của y càng ngày càng vững chắc. Người ta không biết hắn làm gì nhưng cơ quan công quyền nào hắn cũng vào ra không cần phép. Hắn được kết nạp vào đảng Cần lao một cách bí mật do sự yêu cầu của hắn để làm những nhiệm vụ đặc biệt.

Thành tích của Nguyễn Văn Huấn được ghi nhận ngoài việc chống Cộng, gây ân oán với nhiều đoàn thể mang tính nhân dân, các tổ chức từ thiện. Hắn đưa Lê Công Tính xã trưởng Bình Thạnh thuộc quận Châu thành, một tên bất tài, kém đạo đức vào chức dân biểu quốc hội. Năm 1959 Ngô Đình Diệm cho tổ chức bầu cử quốc hội lập pháp Huấn muốn ra tranh cử nhưng hắn suy nghĩ thấy không thuận lợi, nên tìm người thế mình nếu họ trúng cử, mình ở bên trong làm thầy tuồng để cho họ múa. Xã Tính là nhận vật thích hợp để Huấn giới thiệu với Phong trào Cách mạng. Tính vốn là một công tử con ông Hội đồng Lê Văn Bách một điền chủ miệt Phú Hòa chỉ biết ăn chơi, học hành không tới đâu. Ông Bách muốn cầm chân thằng con nên cưới vợ cho hắn và mua luôn chức xã trưởng để hắn có danh phận. Huấn biết Tính là người háo danh, hắn không muốn làm xã trưởng mãi trong một quận ly nhỏ hẹp luôn chịu sức ép của tỉnh. Con đường hoan lộ của hắn phải là hội đồng tỉnh hay dân biểu quốc hội. Dân biểu với hắn hơi quá tầm tay, hắn chỉ ước mơ vào hội đồng tỉnh là mãn nguyện rồi, nhưng khi hắn gặp Huấn và Huấn bàn tính kế hoạch ra ứng cử dân biểu quốc hội làm hắn vô cùng thích thú, tiền bạc tổn phí đối với xã Tính không thành vấn đề.

Nguyễn Văn Huấn bắt được con mồi béo bở trong lòng rất vui một dịp có tiền bỏ túi, được ăn nhậu liên tục, hơn thế lại được điểm cấp trên. Huấn biết gia đình của Tính rất rõ, Tính có đứa con gái đầu lòng 19 tuổi mới gia nhập đoàn Thanh nữ Cộng Hòa nhan sắc khá xinh, trưởng đoàn Thanh niên Cộng Hòa thuộc thành đoàn một là một thanh niên vào tuổi trung tuần dân Sài gòn được đưa xuống tỉnh làm việc đang ngắm nghé cô con gái xã Tính. Một dịp cho Huấn kết hợp hai người tuy tuổi tác có phần chênh lệch thời đó ít có người con gái lấy chồng lớn tuổi hơn mình một con giáp, nhưng với miệng lưỡi của Huấn xã Tính bằng lòng cho con gái mình lấy đoàn trưởng Thanh niên Cộng Hòa. Dưới sự vận động tích cực của Thanh niên và Thanh nữ Cộng Hòa của Phong trào Cách mạng xã Tính đương nhiên đắc cử.

Từ một tên Xã trưởng vô danh thân phận không bằng ai, nhưng có mộng làm lớn, nay được chức Dân biểu Quốc Hội, Tính cảm thấy mình là một nhân vật quan trọng. Dưới chính thể Cộng Hòa thời đó với tam quyền phân lập, Dân biểu là người đại diện cho dân trong Quốc hội làm ra luật để cơ quan hành pháp là chánh phủ thi hành. Dân biểu ngoài lương bổng hậu hĩ, lại có nhiều đặc quyền đặc lợi nhất là quyền bất khả xâm phạm giống như người có miễn tử kim bài của vua ban. Xã Tính với chức Dân biểu trở thành ông Nghị rất oai phong, được cấp công xa đi làm việc, ra vô công quyền lúc nào cũng được không cần trình báo…Để dễ dàng trong công việc nghị hội Tính mua nhà ở Sài Gòn đem vợ con lên sống chung chỉ để cô con gái lớn có chồng ở lại giữ nhà. Kể từ khi làm việc việc trong tòa nhà Quốc hội, Tính học được nhiều việc từ các đồng viện, con người của Tính trời cho cái tánh khôn vặt thêm ma lanh nên gió chiều nào hắn cũng theo kịp. Hắn thấy tiếng Pháp không còn sử dụng, hắn quay sang học tiếng Anh ban đêm, hắn vào Hội Việt Mỹ tìm những sách báo nói về đời sống bên Mỹ để học hỏi tìm hiểu nền văn minh Hoa Kỳ. Hắn tìm cách lân la làm quen với các thiện nguyện viên người Mỹ, trước để trau dồi thực tập tiếng Anh sau tìm hiểu một vài thông tin có tính thời sự. Mỗi khi gặp cố vấn Mỹ hắn đến bắt tay chào hỏi và đưa danh thiếp chủ đích nhằm giới thiệu cá nhân, hắn biết trong giai đoạn hiện nay cố vấn Mỹ là người quan trọng, mọi yêu cầu của họ đều có giá trị không thể xem thường.

Dân biểu Quốc hội thời Ngô Đình Diệm đa số đều mang thân phận Nghị gật nên những người như Tính ngồi đầy nghị trường. Ngoài lịch trình hội họp trong tháng các Dân biểu thường làm việc riêng tư cho mình, cấu kết với thương nghiệp để kiếm lợi. Cái chức Dân biểu đa số phải bỏ tiền ra vận động, khi đắc cử phải tìm cách lấy lại cả vốn lẫn lời, ngoại trừ một số ít được chỉ định trước, đặc biệt một vài vị có tiếng tăm được quần chúng nhân dân ủng hộ không phải bỏ tiền túi. Nghị Tính mỗi khi làm công tác tại quê nhà giống như quan trên xuống địa phương cơ quan nào hắn vào đều phải tiếp đón theo nghi thức "đầu tiên"(tiền đâu). Dân biểu tuy là người đại diện cho địa phương nhưng vào tòa Quốc hội là làm việc cho toàn quốc, mỗi dự thảo luật lệ đều mang tính quốc gia, nên mỗi địa phương mà các Dân biểu đến làm việc là phải biết làm vui lòng họ. Nghị Tính bây giờ không phải là Xã Tính khi xưa được nhìn như một xã xệ làm trò cười cho thiên hạ, tuy khác nhau về địa vị nhưng bản chất con người vẫn không thay đổi có khi còn gia trọng hơn như lưng hắn còng xuống vì cúi đầu vâng dạ nhiều quá. Con đường hắn đang đi mang nhiều vinh quang, hắn không thể nào nghĩ nó hanh thông như vậy, người hắn mang ơn nhiều nhất là Đại diện Huấn đã cố vấn hắn gia nhập Phong Trào Cách Mạng Quốc Gia, xin vào đảng Cần Lao Nhân Vị của Cố vấn Ngô Đình Nhu và gả con gái cho Đoàn Trưởng Đoàn Thanh Niên cũng là đảng viên nồng cốt của Tỉnh đảng ủy Cần Lao.

Trong một dịp đi công tác tại tỉnh Vĩnh Long Nghị Tính xin gặp Cha Ngô Đình Thục để xin vào đạo làm con chiên trung thành với Chúa và gia đình Ngô Tổng Thống. Được Cha Thục chấp nhận, Nghị Tính vui mừng vô hạn, sau khi làm phép Thánh trước khi rời nhà thờ Nghị Tính không quên trao cho Cha Thục một phong bì dầy cộm để giúp nhà thờ và họ Đạo. Từ đây về sau Nghi Tính thuộc thành phần 2C (Cần lao, Công giáo) của chế độ tha hồ dở trò ma mị cùng Đại diện Huấn kẻ tung người hứng tiền vô đầy túi. Sau một năm làm việc trong tòa nhà lập pháp,

Nghị Tính đã học được nhiều việc, hắn thấy Long Xuyên là một tỉnh sản xuất lúa gạo nhiều nhất trong các tỉnh miền Tây Nam Phần. Hắn tìm gặp quan đầu tỉnh để bàn kế hoạch thu lợi trên thị trường lúa gạo, nhân danh Dân biểu Quốc Hội, Tính tổ chức một buổi họp gồm các chủ nhà máy xay gạo, các chủ vựa gạo trong tỉnh dưới sự chủ tọa quan đầu Tỉnh và một số Trưởng ty có liên hệ ngành sản xuất lúa gạo. Xã Tính nói:

"Theo những tài liệu thu thập từ trước đến nay việc sản xuất gạo không được kiểm soát chặt chẽ, một số được chuyển vào mật khu để nuôi cộng sản."

Khi nghe Nghị Tính nói đến đây các thương gia buôn bán lúa gạo đều biến sắc mặt ngồi nhìn và chờ Nghị Tính nói tiếp.

"Theo chỉ thị cấp trên tôi đã tiếp thu trong buổi hợp của Quốc hội. Tôi yêu cầu quí tỉnh ra thông tư kiểm soát tình trạng lúa gạo của tỉnh nhà đồng thời tập trung đưa về Sài Gòn để xuất cảng thu ngoại tệ về cho quốc gia. Mỗi gia đình làm ruộng chỉ xây gạo đủ dùng trong năm, số lúa dư phải bán cho tỉnh"

Khi kế hoạch kiểm soát lúa gạo được thực thi, các chủ nhà máy xay gạo, các chủ vựa gạo phải lo đóng hụi chết, tiền lời bán gạo lên Sài Gòn sẽ được chia theo phần trăm cho Trưởng ty, Tỉnh trưởng và Nghị Tính. Chỉ cần một sáng kiến nhỏ của Nghị Tính đã đem về một mối lợi to, chẳng những thế các tỉnh lân cận cũng học theo sách lược của Nghị Tính. Tính bây giờ trở nên quan trọng đối với đảng ủy Cần lao, ông Cố vấn Miền Trung không tiếc lời khen Tính là người làm được việc. Với thân phận Dân biểu người đại diện cho dân trong ngành lập pháp, các vị đó phải biết nguyện vọng của người muốn gì? để làm những đạo luật hợp với lòng dân nhưng với Nghị Tính chỉ biết gật đầu thông qua không cần biết hậu quả những luật lệ trái với ý nguyện dân, Nghị Tính dùng chức Dân biểu để kiếm tiền cho cá nhân nhiều hơn lo cho dân. Tính biết Quận Thoại Sơn có người khai thác hầm đá kiếm được khá nhiều lợi nhuận, một lần Tính đến thăm quận với danh nghĩa "thăm dân cho biết sự tình". Gặp ông Quận trưởng, Tính chỉ nói : "Thuốc nổ quận cấp cho các chủ hầm đá phải kiểm soát, đừng để Việt cộng lấy làm mìn phá cầu cống đường xá.".

Khi ra về Tính được ông quận gởi cho một phong bì. Để trả ơn cho Đại diện Huấn, Tính cho người của gia đình Huấn vào khai thác hầm đá. Cặp mắt của Tính ngày càng sáng rọi chiếu mọi thương vụ khắp nơi chỉ trong vòng 2 năm làm dân biểu Tính giàu to mua biệt thự ở Sài Gòn mua đất cát, ruộng vườn xây nhà Tổ trên khu đất đã được nhà phong thủy chấm. Bên cạnh Tính lúc nào cũng có Đại diện Huấn như một cặp bài trùng, có việc gì nhờ ông Nghị Tính giúp chỉ cần nói với Đại diện Huấn là xong ngay với điều kiện đã được thỏa thuận.

Uy tín Huấn lên cao, người ta không biết bằng cách nào hắn trở nên một nhân vật quan trọng trong phong trào, ý kiến hay đề nghị của hắn lúc nào cũng nặng ký, phương thức hắn sử dụng luôn lấy cứu cánh biện minh cho phương tiện, cách ứng dụng của hắn linh động hơn các cán bộ Cộng sản thường dùng nên ít người biết dã tâm của hắn. Hắn muốn ám hại người nào hắn thường mượn tay người khác, chủ trương của hắn đứng sau lưng để kích động. Quận trưởng quận Chợ Mới, một quận lỵ trù phú và có đông đảo tín đồ Phật Giáo Hòa Hảo, Nguyễn Văn Huấn không thích ông quận nầy, muốn đưa một người đạo Công giáo về làm Quận trưởng để cai trị người dân theo Đạo Phật Giáo Hòa Hảo. Dã tâm của Nguyễn Văn Huấn thật thâm độc: thứ nhứt hắn muốn lấy lòng người Thiên Chúa Giáo, thứ nhì hắn muốn lợi dụng người Công giáo lấn áp tín đồ Hòa Hảo, thứ đến ông quận trưởng Chợ Mới là người không thỏa mãn các yêu cầu trái nguyên tắc của Huấn, hơn hết ông quận nầy lại được lòng dân chúng địa phương. Hắn muốn loại trừ ông nầy bằng cách vu cáo ông quận có liên hệ với Hòa Hảo để cấp trên có cớ đưa đi nơi khác.

Ngày 1 tháng 11 năm 1963 quân đảo chánh lật đổ chế độ độc tài gia đình trị. Diệm, Nhu bị quân đảo chánh giết chết. Trong khi đó tên tỉnh trưởng Long Xuyên và phe nhóm của hắn trong đó có Nghị Tính, Huấn và Trưởng ty Thông tin vẫn trung thành với Diệm ra thông báo đừng nghe và tin lời của phe đảo chánh

Diệm. Một tuần lễ sau ngày đảo chánh tên tỉnh trưởng Long Xuyên bị đưa ra sư đoàn tác chiến, Trưởng ty Thông tin bay chức cùng với một số người theo đảng Cần Lao và Phong Trào Cách Mạng Quốc Gia bị điều tra về những hành động trấn áp dân chúng. Nguyễn Văn Huấn run lên như cầy sấy đang chờ ngày đền tội, dân chúng Long Xuyên hân hoan đón mừng cách mạng, các nhóm võ trang Phật Giáo Hòa Hảo và Dân Xã Đảng hoạt động vùng biên giới Miên cùng nhau qui thuận Quân dân Cách mạng. Hội đồng Quân nhân Cách mạng lập tức đề cử một sĩ quan cao cấp vốn gốc Phật Giáo Hòa Hảo từng nắm một trung đoàn tác chiến, cấp tốc đi về Long Xuyên nhận chức tỉnh trưởng để ổn định tình thế mang tính phức tạp.

Nguyễn Văn Huấn tạm yên lòng khi thấy vị tỉnh trưởng nầy là người của Đạo Phật Giáo Hòa Hảo, hắn biết ông ta là ai, gốc tích ra sao. Hắn nghĩ rằng trong tương lai sắp tới hắn sẽ lợi dụng ông Tỉnh trưởng có cùng gốc Đạo với hắn. Một tháng sau khi tình hình ổn định đảng Cần lao và Phong trào Cách Mạng hoàn toàn tan rã. Nguyễn Văn Huấn được vị tân tỉnh tưởng cho mời đến văn phòng tòa tỉnh. Huấn cảm thấy hân hoan, trong lòng rất vui với hy vọng vị tỉnh trưởng sẽ chiếu cố đến y. Nhưng hắn đã lầm, ông tỉnh trưởng vừa từ tốn và lịch sự nói với Huấn:

"Anh Tám. Từ năm 1955 ông Năm lui binh về Cái Vồn, năm 1956 Bộ Tổng Tham Mưu giải tán đơn vị của anh. Anh đã làm gì cho đoàn thể? Trong khi đó những anh em khác vì nghĩa khí đã hy sinh đời mình cho Đạo, nhiều người bị trù đập còn anh thì sao? Tôi nghĩ tình đồng đạo cho anh biết, Anh phải rời khỏi tỉnh Long Xuyên thật xa một thời gian chờ lắng dịu rồi về quê an hưởng tuổi già. Tôi không đủ sức bảo vệ anh."

Nguyễn Văn Huấn rời khỏi tòa tỉnh trưởng trong lòng tan nát, phen nầy không ai cứu mình rồi, thời cuộc bây giờ rất gay. Hắn về nhà thu dọn đồ đạc mang vợ con ra miền Đông lánh nạn. Nhà, xe để lại không mang đi được. Những nhân vật như Trần Văn Soái tự Năm Lửa, Lê Quang Vinh tự Ba Cụt là chứng nhân mang tính lịch sử ở miền Tây Nam Việt Nam của một thời binh lửa. Trong thời buổi đó những người như Huấn rất hiếm hoi, có thể nói đó chỉ là một con sâu đơn lẻ. Người tín đồ Phật Giáo Hòa Hảo vốn thấm nhuần giáo lý Phật Đà thêm lời chỉ dạy của Đức Thầy không ai làm khó Nguyễn Văn Huấn khi hắn không còn làm mưa làm gió với tội lỗi chồng chất không ai muốn truy cứu hắn, nhưng lưới trời lồng lộng không thoát một ai vào cuối đời hắn luôn sống trong khổ sở.

* Phật Giáo Hòa Hảo Trong Dòng Lịch Sử Dân Tộc

Sau chiến dịch Đinh Tiên Hoàng do tướng Dương Văn Đức đánh dẹp các lực lượng võ trang Giáo Phái và Bình Xuyên. Ngày 5 tháng 1 năm 1956 Tổng thống Ngô Đình Diệm cử Tướng Dương Văn Minh chỉ huy chiến dịch Thoại Ngọc Hầu nhằm tiêu diệt Nghĩa Quân Cách Mạng của anh Ba đang hoạt động vùng Thất Sơn Châu Đốc, một lực lượng thiện chiến từng đánh Pháp và Việt Minh từ cuối thập niên 40 và những năm đầu của năm 50. Anh Ba phản đối hiệp định Genèver chia đôi đất nước đồng thời không thể hợp tác với chánh phủ Ngô Đình Diệm một người có đầu óc quan lại, bảo thủ, chủ trương độc tài gia đình trị. Anh Ba người chiến sĩ Dân Xã, tuy trình độ học thức không nhiều nhưng anh tin tưởng tuyệt đối lời chỉ dạy của Đức Giáo Chủ khi Ngài tuyên bố thành lập Việt Nam Dân Chủ Xã Hội Đảng năm 1946 với chủ trương: " Chống độc tài dưới bất cứ hình thức nào". Chiến dịch Đinh Tiên Hoàng có gây thiệt hại cho Nghĩa Quân nhưng trong tay anh Ba vẫn còn trên 2,000 tay súng chiếm giữ khu Giồng Riềng (Rạch Giá), Ba Thê, Hà Tiên và Châu Đốc. Nghĩa Quân chia làm 4 Trung đoàn chủ lực như sau : Trung đoàn Bắc Tiến, Nguyễn Huệ, Lê Lợi, Lê Quang do Nguyễn Thời Rê chỉ huy coi như thiện chiến nhất, về sau thời đệ nhị Cộng Hòa giữa thập niên 60 Nguyễn Thời Rê với cấp bậc

Trung tá Phó tỉnh trưởng tỉnh Châu Đốc làm việc dưới quyền Đại tá Lý Bá Phẩm.

Để tránh sự thiệt hại trước sức tấn công ồ ạt của Sư đoàn 11 Khinh chiến đa số lính Nùng từ Bắc đem vào Anh Ba là Tổng Tư Lệnh và Ba Bụng tức Phan Công Cẩn làm Phó Tư Lệnh cho Nghĩa quân phân tán mỏng ra. Lính của Dương Văn Minh hành quân vào vùng Giồng Riềng không mang lại kết quả. Trái lại vào ngày 10 tháng 1 năm 1956 Tiểu đoàn 1 thuộc Trung đoàn 36 do Đại úy Trần Hữu Hạnh chỉ huy mở cuộc hành quân truy lùng Nghĩa quân nhưng bị lọt vào ổ phục kích tổn thất nặng nề. Đây là một trận đánh coi như bị thua lớn của Quân đội Quốc gia trước quân của anh Ba với kết quả 40 chết trong đó có 3 sĩ quan, 44 bị thương trong đó có 2 sĩ quan, 85 vũ khí bị mất trong đó 2 cối 81 ly, 2 cối 60 ly và 1 đại liên, 1 máy truyền tin SCR 300 và 3 máy An/PRC 6.

Bộ Tư Lệnh Sư đoàn 4 dã chiến được tin anh Ba và Nghĩa quân đang thu thuế tại Thạnh Mỹ Tây, ngày 13 tháng 01 năm 1956, Sư đoàn được lệnh hành quân cấp tốc vào ban đêm đạo quân chia làm 5 cánh tiến vào rạch Cần Thảo. Nghĩa quân không đề phòng sáng sớm ngày 14 quân chánh phủ đã tràn ngập mục tiêu, vì đồng trống nên Nghĩa quân bị thiệt hại 30 chết, vũ khí mất 17 khẩu trong đó một cối 60 ly, trận nầy quân chánh phủ thắng nhưng họ không bắt được anh Ba. Sư đoàn 4 tiếp tục hành quân về phía Bắc Châu Phú từ ngày 21 đến ngày 25 tháng 1 năm 1956 nhằm giải tỏa áp lực của Nghĩa quân vùng biên giới Việt Miên, kết quả không gây thiệt hại nhiều cho phía Nghĩa quân, để bảo tồn lực lượng, Nghĩa quân thoát qua đất Miên an toàn. Cũng trong thời điểm nầy chiến dịch Đinh Tiên Hoàng mở cuộc hành quân Tây Nam Sa Đéc nhắm vào chiến khu 2 thuộc Liên Hậu Giang do Nguyễn Văn Đầy chỉ huy với trên 350 Nghĩa quân. Cuộc hành quân do phân khu Vĩnh Long chỉ huy cùng với Trung đoàn 40 thuộc Sư đoàn 14 và 1 Tiểu đoàn Thủy Quân Lục Chiến và đơn vị Bảo An đoàn của Tiểu khu Sa Đéc. Sau 5 ngày hành quân kết qủa không khả quan vì Nghĩa quân phân tán ra trên một địa bàn khá rộng.

Đầu tháng 2 năm 1956 Sư đoàn 11 khinh chiến tổ chức hành quân vùng Giồng Riềng, Ngọc Hạ, Hòa Lợi Chùa Thọ được gọi khu tứ giác Bàn Cờ do Trung đoàn Lê Quang và Trung đoàn Nguyễn Huệ trấn thủ. Bên chánh phủ có Trung tá Lê Quang Trọng chỉ huy 3 Liên đoàn tiến vào mật khu quân chánh phủ di chuyển vào ban đêm, ban ngày ẩn núp lại để tránh lộ diện, quân chánh phủ vì không quen địa hình lại di chuyển vào ban đêm nên một số quân đi lạc làm bên Nghĩa quân báo động lẩn trốn đi nơi khác. Cuộc hành quân qui mô nhưng kết quả không làm hài lòng cấp chỉ huy chỉ có vài cuộc đụng độ lẻ tẻ. Hành quân Bắc Châu Phú lần 2, sau cuộc hành quân ngày 21 tháng 1 năm 1956 các đơn vị Nghĩa quân từ biên giới kéo về uy hiếp các đồn bót. Cuối tháng 2 năm 1956 Sư đoàn 4 dã chiến do Đại tá Tôn Thất Xứng chỉ huy 3 Trung đoàn cơ hữu chia làm 3 cánh quân. Trung đoàn 10 từ phía Tây kinh xáng Tân Châu, Trung đoàn 11 từ phía Đông cùng tiến lên phía Bắc. Trung đoàn 12 chia làm 2 toán, một toán do tàu hải quân chuyển quân đến đồn biên giới Tân An, một toán đổ quân phía Tây sông Bassac ngang biên giới nhằm chận đường rút lui của Nghĩa quân. Trung đoàn 12 đã đụng độ với Nghĩa quân, quân chánh phủ hỏa lực hùng hậu đang bao vây Nghĩa quân trong đám lau sậy. Ông Trương Kim Cù Tiểu đoàn trưởng Nghĩa quân phất cờ trắng xin hàng bên quân đội ngưng bắn để tiếp thu, nhân cơ hội trong khi ngưng bắn Nghĩa quân trốn thoát qua biên giới, khi quân chánh phủ tiến tới người mang cờ trắng xin đầu hàng thì ông Cù đã nhanh chân lẩn vào đám cỏ lau trốn mất, bên Nghĩa quân thiệt hại nặng bỏ lại 11 xác chết không mang theo được cũng như một số đạn dược và thuốc men.

Tổng kết chiến dịch Đinh Tiên Hoàng sau nhiều tháng hành quân tuy phá được căn cứ địa của Nghĩa quân nhưng không tiêu diệt được lực lượng Nghĩa quân chỉ làm họ suy yếu nhất là không bắt được anh Ba lãnh tụ của của Nghĩa quân.

Tướng Dương Văn Minh sinh năm 1916 nguyên quán Mỹ Tho có bằng tú tài toàn phần, gia nhập quân đội tốt nghiệp khóa 1 Sĩ quan Thủ Dầu Một ra trường mang cấp bậc chuẩn úy giữ nhiều chức vụ tham mưu và chỉ huy lập nhiều công trận, mang cấp bậc thiếu tướng chỉ huy chiến dịch Thoại Ngọc Hầu hành quân nhiều lần với qui mô rộng lớn vũ khí tối tân, chiến xa, tàu thủy và cả phi cơ yểm trợ. Sử dụng cả lính nhảy dù như thiếu úy Bùi Quyền nhảy vào mật khu của Nghĩa quân nhưng không bắt được anh Ba. Anh Ba người áo vải gốc nông dân chỉ học hết bậc tiểu học, sinh quán ở rạch Bằng Tăng, xã Thới Long, quận Ô Môn tỉnh Cần Thơ. Có vợ là bà Trần Thị Hoa tự Phấn sinh 6 người con. Thân phụ anh là ông Lê Văn Long và mẹ là bà Huỳnh Thị Trân, anh có tất cả 7 anh chị em (2 gái, 5 trai) trong gia đình anh đứng thứ 3. Lúc nhỏ được người Cậu ruột là ông Huỳnh Kim Hoành nuôi dạy và cho ăn học ở Chắc Cà Đao quận Châu Thành tỉnh Long Xuyên cách chợ Long Xuyên 7 km, cậu Tư Hoành còn cho anh Ba học nghề võ với võ sư Sáu Kim. Anh Ba vóc người dong dỏng tay chân lanh lẹ, mắt sáng, trán cao, mặt mày sáng sủa, tiếng nói sang sảng nên được Sáu Kim truyền nghề một cách tận tình.

Năm 1939 khi đó Anh Ba mới 16 tuổi nghe Đức Thầy khai đạo ở làng Hòa Hảo, anh và người cậu tìm đến xin qui y, Anh Ba thấy Đức Thầy để tóc dài tới vai, anh phát nguyện để tóc theo Đức Thầy và trọn đời theo Đạo. Anh thấy Đức Thầy cũng là thanh niên như anh tuy có lớn hơn anh vài tuổi nhưng ăn nói lưu loát, thông suốt mọi vấn đề. Một người để lại trong lòng anh một sự tôn kính vô cùng. Có người kể chuyện lúc anh Ba qui y Đức Thầy có lấy một sợi tóc của Ngài buộc vào cổ của anh Ba, không ai biết Đức Thầy làm việc ấy có ý nghĩa gì, cũng như ông Năm Lửa thì Đức Thầy lấy cái thúng nhỏ đội lên đầu ông Năm trông giống kết pi của người Pháp.

Về sau hai việc nầy ứng nghiệm theo lời giải thích một số người là ông Năm làm quan cấp tướng đội nón sĩ quan Pháp, còn sau anh Ba bị Ngô Đình Diệm chặt đầu nhưng Đức Thầy dùng tóc của Ngài để nối liền thân thể người nghĩa sĩ. Vào thời điểm đó Đức Thầy chỉ lớn hơn anh Ba 4 tuổi, nhưng với ông Năm thì Đức Thầy nhỏ tuổi hơn nhiều. Ông Năm có tên Trần Văn Soái tự Năm Lửa vốn là tay giang hồ anh chị ở bến xe Cần Thơ tánh tình nóng nảy nên được gọi Năm Lửa. Những người qui y theo Đức Thầy đa số thuộc thành phần nông dân, nhưng cũng có những nhà trí thức khoa bảng cùng các bậc lão nho thấu hiểu Hán học đều qui ngưỡng theo Ngài, ông Năm là một trong số những người có cá tánh đặc biệt chịu qui phục theo Đức Thầy.

Ba cụt Lê Quang Vinh

Người thanh niên ở tuổi 16 sống nhờ nghề nông tánh tình chân chất, tuy tuổi trẻ mang tính hiếu động nhưng sau khi phát nguyên qui y theo Đạo Phật Giáo Hòa Hảo hấp thụ giáo lý Tứ Ân tinh thần yêu nước trỗi dậy khi thấy người Pháp di chuyển Đức Thầy nhiều nơi kể cả giam Ngài trong nhà thương điên Chợ Quán. Anh tuyên bố ly khai gia đình, tụ tập thanh niên tự vũ trang đánh Pháp, anh chặt một ngón tay khi người cha bảo anh về nhà lo làm ruộng. Anh bảo: "chừng nào ngón tay nầy mọc lại con theo cha về làm ruộng.", vì thế anh có biệt danh Ba Cụt tên khai sanh ghi Lê Quang Vinh. Trong thời kỳ sơ khai võ trang của các thanh niên theo đạo Phật Giáo Hòa Hảo chỉ là giáo, mác, tầm vông nhưng anh Ba mặc bộ đồ bà ba đen thắt lưng vải trên mình đeo 2 cây súng mousqueton và một cây súng lục 7 ly treo trên cổ bện bằng dây chuối khô trông rất oai vệ giống như một hiệp khách. Anh Ba có súng chỉ là một tình cờ khi anh đến nhà ông Bảy Mía ở làng Nhơn Nghĩa quận Chợ Mới tỉnh Long Xuyên thấy 3 người lính Pháp đang nằm ngủ, anh xông vào giết lính Pháp bằng dao nhọn và đoạt lấy súng của họ. Anh Ba tổ chức thanh niên trong vùng với chủ trương "Đâm Tây" lấy súng võ trang đánh Pháp. Anh qui tụ một số lớn thanh niên theo anh, tổ chức của anh ngày càng lớn mạnh. Năm 1946 toán Nghĩa quân của Anh Ba được sáp nhập Vệ Quốc Quân Nguyễn Trung Trực của ông Nguyễn Giác Ngộ làm Chỉ Huy

Trưởng đặt dưới quyền Tư lệnh Trần Văn Soái. Ông Năm Lửa thấy anh Ba là người gan dạ có mưu trí nên thu dụng anh làm cận vệ. Anh Ba gọi ông Năm bằng "Tía". Tuy nhiên toán võ trang của Anh Ba vẫn hoạt động riêng rẽ độc lập với các toán võ trang khác. Bộ chỉ huy của Anh vẫn đặt quận Thốt Nốt tỉnh Long Xuyên. Binh lính Cộng sản dưới sự chỉ huy của Nguyễn Bình đi vào lãnh địa của Anh, một trận đánh khốc liệt suốt ngày đêm, bộ đội Cộng sản không quen địa hình, anh dùng chiến thuật chia cách quân địch ra làm nhiều phần rồi tiêu diệt họ cuối cùng bộ đội Cộng sản phải rút lui. Từ đó về sau bộ đội Việt Minh Cộng sản phải tránh né lính Anh Ba. Đối với Việt Minh anh Ba chủ trương không khoan dung vì họ sát hại người tín đồ Phật Giáo Hòa Hảo không chịu theo Cộng sản. Với lòng can đảm, liều lĩnh gan dạ thông thạo địa hình Anh chỉ huy đánh du kích gây khó khăn cho quân đội Pháp. Trong các vị chỉ huy lãnh đạo quân sự của các lực lương võ trang Hòa Hảo anh Ba là người có tài điều động binh sĩ độc đáo đánh đâu thắng đó, lòng gan dạ của anh không ai không kính phục lúc cận chiến anh đi trước, lúc rút lui anh bọc hậu, binh sĩ mỗi khi ra trận với anh rất an tâm. Anh xem thuộc hạ cũng như binh sĩ như thân nhân ruột thịt, nặng về giáo dục hơn trừng phạt, nhường cơm sẻ áo với chiến sĩ lúc bị địch bao vây. Trong đời anh chưa bao giờ dùng súng uy hiếp dân lành, anh chỉ giết lính Tây và bộ đội Cộng sản khi đánh nhau với bọn chúng. Anh rất giỏi võ, có sức chịu đựng mọi gian khổ.

Năm 1947 là một năm nhiều biến cố quan trọng xảy ra đối với Phật Giáo Hòa Hảo sự xô xát giữa Việt Minh và Hòa Hảo ở miền Tây ngày càng lúc trầm trọng gây bất lợi trong việc chống Pháp giành độc lập cho xứ sở. Đức Thầy từ miền Đông quay về miền Tây hội hợp với Bửu Vinh tại Đốc Vàng Hạ vùng Đồng Tháp Mười để giải quyết các mâu thuẫn nhưng Cộng sản đã ám hại Ngài. Sau khi Đức Thầy vắng mặt ngày 16 tháng 4 các lực lượng võ trang Phật Giáo Hòa Hảo lâm vào tình trạng lưỡng đầu thọ địch (Pháp và Việt Minh). Ngày 18 tháng 5 năm 1947 ông Trần Văn Soái nhân danh Tổng Tư Lệnh ký hiệp ước Liên quân với Đại tá Pháp Cluzet Tư lệnh phân khu miền Tây với thỏa thuận lực lượng võ trang của Hòa Hảo sẽ được quân đội Pháp hậu thuẫn và tiếp tế vũ khí đạn dược coi như một Lực lượng Bổ sung để chống lại Việt Minh. Anh Ba không tán thành hiệp ước trên. Anh cho đó là một sự đầu hàng với Pháp, đi với Pháp để đánh Việt Minh sẽ không còn chính nghĩa, vì vậy anh Ba tiếp tục chỉ huy lực lượng của mình để đánh Pháp và Việt Minh dưới danh xưng "Nghĩa Quân Cách Mạng".

Suốt 9 năm trường (1947-1956) Anh Ba với bộ đồ bà ba đen, một chiếc nóp cùng với anh em Nghĩa Quân Cách mạng đánh Việt Minh lẫn lính Pháp sau nầy cả Quân đội Quốc gia. Đối với cường hào ác bá anh thẳng tay trừng trị anh chỉ lấy tiền những người giàu có để nuôi quân và cứu trợ người nghèo khổ. Tín đồ Phật Giáo Hòa Hảo luôn giúp Nghĩa Quân Cách Mạng trong vùng, họ tiếp tế bao che khi có lính Pháp đi hành quân, với bộ đội Việt Minh xuất hiện họ lập tức báo cho Nghĩa quân đến thánh toán. Việc làm của anh Ba làm cho người ta nghĩ đến các anh hùng Lương Sơn Bạc trong truyện Thủy Hử của Tàu. Điểm đặc biệt của anh Ba 5 lần xin hợp tác với Pháp nhưng khi được Pháp tiếp tế trang bị súng ống đầy đủ anh lại rút quân vô bưng, người Pháp gọi anh là: "Đứa con bất trị của Hòa Hảo", người Pháp chấp nhận anh Ba chỉ vì anh là một chiến sĩ can trường nhiều kinh nghiệm chiến đấu là khắc tinh của Cộng sản. Những lần Anh Ba ra hợp tác với Pháp là lúc lực lượng hết lương thực, vũ khí đã cạn kiệt.

Sau ngày Đức Thầy vắng mặt, ông Trần Văn Soái đem quân về hợp tác với Pháp, anh Ba không đồng ý quyết ở lại chiến khu tiếp tục đánh Pháp và Việt Minh. Một sĩ quan thuộc phòng nhì của Pháp tìm cách gặp anh Ba để Nghĩa quân ra giúp Pháp đánh Việt Minh, lễ tiếp nhận Nghĩa quân tại tỉnh Sa Đéc, người Pháp cho lính của anh Ba đóng đồn ở rạch Nha Mân. Gần lộ là đồn Pháp sâu vô trong rạch là đồn của anh Ba nhằm ngăn chận những hoạt động của Việt Minh. Qua 3 tháng tình hình ổn định anh Ba thấy không thể đánh Pháp lấy súng, trái lại năm chờ Việt Minh đánh mình nên anh quyết định rút quân về khu Trung An.

Tháng 4 năm 1948 Pháp và anh Ba lại liên quân lần thứ 2, lần nầy liên quân được tổ chức tại Thốt Nốt (Long Xuyên). Nghĩa quân đặt tổng Hành Dinh tại Trà Bay, liên quân được võ trang 3 đại đội súng cũ được đổi súng mới, ra mặt được sáu tháng, anh Ba thấy Việt Minh đem quân chánh quy chiếm chiến khu Đồng Tháp và Cờ Đỏ bắt tín đồ Phật Giáo Hòa Hảo phải đi lính cho chúng, anh Ba rút quân vô bưng để đánh với Việt Minh, đồng thời phục kích cướp súng đạn của Pháp. Ngày 20 tháng 8 năm 1950 khi ra hợp tác anh Ba được Pháp gắn cho cấp bậc Thiếu tá, năm 1953 gắn cho cấp bậc Trung tá lúc đó anh qui tụ thêm nhiều nghĩa quân đến cuối năm 1953 anh mang cấp bậc Đại tá chỉ huy 3,000 binh sĩ. Khi người Pháp đưa vua Bảo Đại về nước chấp chánh Trung tướng Nguyễn Văn Hinh phong cho Anh Ba cấp bậc Đại tá trong Quân đội Quốc gia với sắc lệnh 7/QĐ ngày 4 tháng 7 năm 1954 lúc đó anh mới 31 tuổi.

Một sĩ quan trẻ mang quân hàm Trung tá với những chiến công vang lừng khắp miền Tây là mộng ước của nhiều thanh niên thời bấy giờ, cũng là mục tiêu nhiều thiếu nữ ngắm nghé. Trong một dịp công tác ở Sài gòn Trung tá Vinh gặp người thiếu nữ tuổi trăng tròn là nữ sinh trường nữ Gia Long con gái điền chủ Cao Xuân V, Trung tá Vinh chủ đích đến làm quen sau nhiều lần tiếp xúc, anh Ba đã xin hỏi cưới nàng về làm thiếp (Luật pháp lúc bấy giờ cho phép đàn ông có vợ 2 hay vợ 3 giống như đạo Hồi được phép đa thê). Trai tài gái sắc, gái thuyền quyên gặp trai anh hùng họ cảm mến nhau kết nghĩa phu thê. Người con gái nầy đã giữ một vai trò trung gian thương thuyết giữa ông Nguyễn Ngọc Thơ và Anh Ba. Sau nầy bà trở thành phu nhân của một vị khoa bảng giữ chức vụ quan trọng trong chánh phủ nền đệ II Cộng hòa miền Nam.

Những chiến tích của Nghĩa quân Cách mạng

Pháp tấn công khu Trung An Cờ Đỏ ngày 5 tháng 5 năm 1947 huy động bộ binh từ Long Xuyên xuống Quận Ô Môn cho quân phong tỏa khu Trung An đồng thời cho tàu sắt chạy vào lòng sông Ba Bần bọc hết kinh số 1 đến kinh số 10 để chận đường rút lui của Nghĩa quân vào Rạch Giá. Trong khi đó anh Ba không có ở trong chiến khu, nhưng anh bắt được tin tình báo lập tức anh mang quân tiếp ứng, bên trong bắn ra bên ngoài anh Ba đánh vào với tiếng kèn thúc quân hô xung phong, bên trong biết có tiếp viện nên bắn ra quyết liệt trận chiến kéo dài đến chiều, quân Pháp rút khỏi vòng chiến một số bị chết và bị thương, phía Nghĩa quân có 10 tử trận, 20 bị thương tịch thu nhiều chiến lợi phẩm trong đó có 57 súng trường, 31 súng tự động, 2 bích kích pháo 60 ly và 4 loại 50 ly.

Trên địa bàn Quận Thốt Nốt Quân Kiêm thường cho lính mặc đồ bà ba đen giả làm Nghĩa quân để tập kích và truy lùng lính của anh Ba, tháng 7 mùa nước nổi Quận Kiêm dẫn lính Tây vô tới rạch Rích. Được tin báo anh Ba cho tập họp anh em lập phòng tuyến hai mặt tại ngã tư sông chờ địch quân tới. Quận Kiêm chia quân làm 2 cánh tiến vào đụng ngay anh Ba, Nghĩa quân bắn xối xả, đồng thời hô xung phong đánh xáp lá cà có 15 lính Tây và Việt đầu hàng, Quận Kiêm và số lính tử trận được bỏ lên xuồng thả trôi ra ngoài đồn Thốt Nốt, dân chúng ra xem rất đông, ông tỉnh trưởng Nguyễn Ngọc Thơ rất tức giận về việc thảm bại của Quận Kiêm. Sau trận đánh nầy Pháp phải tìm cách liên lạc với anh Ba để mời anh Ba ra hợp tác.

Đánh với bộ đội Việt Minh, quân Cộng sản chiếm cứ khu Cờ Đỏ Thuận Trung tức đồn điền Male của Pháp không cho dân canh tác. Anh Ba đem Nghĩa quân vô đánh với Cộng sản, anh cho một đại đội chận Tây mặt ngoài còn anh chỉ huy các bộ phận Địa Phương Quân, Bảo An Hòa Hảo, Trung đội Phòng vệ, và một số đại đội cùng các cán bộ Dân Xã Đảng, đồng bào, đồng đạo. Trên bờ lính anh Ba di chuyển dưới sông xuồng ghe theo sau. Lính của anh Ba và bộ đội Cộng sản do tên Danh và Xuyến chỉ huy đánh nhau tại mặt Đập của khu đồn điền, lính Cộng sản thua chạy vô Ba Đá Ba Dừa, bị lính anh Ba truy kích phải vượt sông cái Lai Vung chạy về Sa Đéc trốn vô Đồng Tháp. Anh Ba chỉ huy Nghĩa quân đánh với Cộng sản lần nào cũng thắng như trận Thốt Nốt Trung An ngày 15 tháng 10 năm

1948, An Thạnh Trung Định Hòa 21 tháng 2 năm 1949, tại Lai Vung Lấp Vò ngày 11 tháng 03 năm 1950..

Nước Pháp thua trận Điện Biên Phủ đưa đến hiệp định Genève ký kết ngày 20 tháng 7 năm 1954 chia đôi đất nước, một lần nữa Anh Ba phản đối hiệp định chia đôi đất nước. Người Mỹ đưa ông Ngô Đình Diệm về làm Thủ tướng dưới quyền Quốc trưởng Bảo Đại. Sau khi năm được quyền hành Diệm tìm cách truất phế Bảo Đại. Dưới sự yểm trợ tài chánh và chánh trị của các cố vấn Mỹ, Diệm dùng chánh sách mua chuộc, thu phục, chia rẽ và ly gián các tổ chức võ trang chống Pháp và Việt Minh, tổ chức nào không qui phục chánh phủ. Ông Diệm dùng quân đội trấn áp đồng thời qui kết họ tội phản loạn để tiêu diệt họ. Anh Ba sớm thấy dã tâm của anh em Ngô Đình Diệm là những tín đồ Thiên Chúa Giáo chỉ tìm cách bành trướng tôn giáo của mình làm thành một thế lực chánh trị ủng hộ chế độ, đồng thời hạn chế những hoạt động các tôn giáo khác nhất là đối với Đạo Cao Đài và Hòa Hảo. Tháng 8 năm 1954 không thể chấp nhận việc chia đôi đất nước, anh Ba công khai tuyên bố chống chánh phủ Ngô Đình Diệm đồng thời rút 3,000 binh lính của mình ra khỏi Quân đội Quốc gia Việt Nam. Việc làm của Anh Ba lúc đó tạo nhiều dư luận không tốt cho chánh phủ Ngô Đình Diệm. Sau hiệp định Genève quân đội Pháp rút khỏi Việt Nam, chánh phủ Ngô Đình Diệm dưới sự yểm trợ của các cố vấn Mỹ muốn loại hẳn ảnh hưởng của người Pháp ông Ngô Đình Diệm cải danh toàn bộ "Quân đội Quốc gia" thành Quân đội Việt Nam Cộng Hòa được trang bị những vũ khí của Mỹ qua chương trình viện trợ của Hoa Kỳ giúp miền Nam Việt Nam. Chánh phủ Ngô Đình Diệm ra tuyên cáo các lực lượng quân sự giáo phái ở miền Nam Việt Nam như Bình Xuyên, Cao Đài, Hòa Hảo trong thành phần "Quân đội Quốc gia" phải gia nhập Quân đội Việt Nam Cộng Hòa.

Sau khi tôi kéo được lực lượng vũ trang Cao Đài và phong tướng cho Trịnh Minh Thế, ông Diệm giải tán lực lương vũ trang Cao Đài đồng thời ra lệnh truy bắt Giáo Chủ Phạm Công Tắc của đạo Cao Đài. Giáo chủ Phạm Công Tắc phải chạy sang

Miên trốn. Một thủ đoạn chánh trị gian trá của Diệm Nhu được đem ra áp dụng, không riêng gì đối với đạo Cao Đài các lực lượng võ trang của Phật Giáo Hòa Hảo cũng cùng chung số phận. Anh Ba sớm biết dã tâm của gia đình ông Diệm nên Anh tuyên bố rút ra khỏi Quân đội Quốc gia, chỉ có ông Nguyễn Giác Ngộ theo chánh phủ Diệm được phong tướng và ăn lương Quân đội Việt Nam Cộng Hòa nhưng không có quân trong tay. Các lực lượng võ trang của ông Lâm Thành Nguyên tự Hai Ngoán và ông Trần Văn Soái bị tướng Dương Văn Đức chỉ huy chiến dịch Đinh Tiên Hoàng đánh dẹp phải qui thuận về với chánh phủ Diệm.

Anh Ba với 3,000 tay súng trong tay hùng cứ vùng Thất Sơn Châu Đốc Hà Tiên vùng biên giới giáp với Miên. Tướng Dương Văn Minh được ông Diệm thay tướng Đức mở chiến dịch Thoại Ngọc Hầu đánh với Anh Ba, trong suốt 4 tháng liên tục chiến dịch Thoại Ngọc Hầu đã phá nhiều căn cứ địa của Anh Ba. Tuy nhiên họ không thể bình định một khu vực quá rộng lớn có nhiều lối thoát, tướng Minh không thể bắt Anh Ba thủ lãnh của nghĩa quân Cách Mạng kể cả dùng lính nhảy dù xâm nhập vào mật khu nhưng không thành công. Chính ông Bùi Quyền là Thiếu úy chỉ huy Trung đội Tiền Thám của Tiểu đoàn 1 Nhảy Dù (Sau này là Đại tá Lữ đoàn trưởng Lữ đoàn 3, Nhảy Dù) nói : "có ít nhất 3 lần tôi nhận được lệnh nhảy dù xuống địa điểm được cho là nơi Ba Cụt ẩn náu. Thế nhưng tất cả những lần nhảy dù "úp chụp" đó, tôi chỉ bắt được người cải trang thành Ba Cụt.".

Ông Diệm rất nôn nóng phải dẹp cái gai trước mắt, ông nghĩ chỉ cần một chiến dịch đánh dẹp trong vòng một tháng sẽ xong, bởi vì đây là một cuộc chiến không cân xứng, với các binh chủng thiện chiến lính Nùng từ Bắc đem vô Nam, vũ khí tối tân phi pháo yểm trợ nhưng không dẹp được một đạo quân nhỏ bé chiến đấu trong đơn độc không thế lực nào yểm trợ chỉ dựa vào lòng dân địa phương. Anh Ba xuất quỉ nhập thần lúc ẩn lúc hiện làm tướng Minh đau đầu, Diệm như ngồi trên đống lửa không thể giải thích với dân chúng nhất là cố vấn Mỹ. Diệm Nhu cho mời ông Nguyễn Ngọc Thơ đang làm Đại sứ Việt Nam tại Nhật về nước, một nhân tuyển thích hợp bàn mưu tính kế bắt Anh Ba.

Nguyễn Ngọc Thơ con ông Huyện Chơn, một địa chủ giàu có, ông sinh ngày 26-5-1908 ở làng Mỹ Phước, Long Xuyên, An Giang. Năm 1930, ông Thơ thi đậu Tri huyện và được cắt cử làm việc ở Phủ Toàn quyền Pháp tại Nam Kỳ. Năm 1946 các nhóm võ trang quân sự của Phật Giáo Hòa Hảo đánh Pháp và chống Việt minh thì ông Thơ được chính quyền thuộc Pháp bổ làm quận trưởng Ô Môn Cần Thơ sau đó làm Tỉnh trưởng Long Xuyên, trong suốt thời gian làm tỉnh trưởng Long Xuyên, ông Thơ chịu nhiều đắng cay do các cánh quân của Anh Ba quấy nhiễu, ông biết rõ gia đình ông Huỳnh Kim Hoành người cậu nuôi dạy anh Ba từ thuở thiếu thời. Nhận nhiệm vụ thi hành kế "điệu hổ ly sơn", ông Thơ lập tức về Long Xuyên phối hợp cùng tướng Minh lập những toán thám báo, và mật báo viên được rải khắp vùng tứ giác Long Xuyên ngày đêm theo dõi dấu vết của Anh Ba. Đầu tháng 2 năm 1956 ông Thơ đến gặp ông Tư Hoành nhờ giúp liên lạc và thông tin cho Anh Ba là ông Ngô Đình Diệm muốn Anh Ba qui thuận chánh phủ, trong buổi gặp tại nhà ông Huỳnh Kim Hoành ở Chắc Cà Đao tỉnh Long Xuyên, ông Thơ tiếp xúc với phu nhân của Anh Ba là bà Cao Thị Ng.. ông Thơ nói:

"Chánh phủ hiện giờ đã hoàn toàn độc lập, được nhiều quốc gia trên thế giới công nhận, cá nhân ông cũng được cử đi làm Đại sứ bên Nhật, khác hơn thời Pháp thuộc, ông Diệm không muốn đánh nhau với Nghĩa quân, hơn nữa ông là người biết trọng nhân tài, bên Cao Đài ông Trịnh Minh Thế được mang cấp tướng, ông Nguyễn Giác Ngộ, ông Trần Văn Soái và cả ông Lâm Thành Nguyên cũng có cấp bậc trong Quân đội Việt Nam Cộng Hòa…, nếu chú Ba chịu ra hợp tác chánh phủ không để ảnh thiệt thòi. Ít nhất cũng mang cấp bậc Thiếu tướng hay Trung tướng "

Ông Thơ cố tình nhấn mạnh chức tước sẽ trao cho anh Ba, đồng thời ông tâng bốc nói tốt chế độ và hứa hẹn đáp ứng các yêu cầu của Nghĩa quân Cách mạng chỉ nhằm dụ anh Ba xuất đầu lộ diện. Bà Ng hứa với ông Thơ sẽ truyền đạt ý của ông Ngô Đình

Diệm với anh Ba khi có dịp, bởi vì hiện giờ bà không biết anh Ba ở đâu.

Ông Thơ là một người mưu trí qua tướng mạo cho thấy con người có trán trợt, đầu nhọn, mắt lé kim, ông biết bà Ng là vợ thứ của Anh Ba được anh Ba yêu quí, bà là con nhà giàu không chịu sống cực khổ và đang ở trong nhà Tư Hoành một xưởng cưa máy nằm trên sông Hậu Giang ngay vàm rạch Chắc Cà Đao cách chợ Long Xuyên không xa lắm, như vậy thế nào Ba Cụt cũng về thăm vợ. Ông Thơ trở về Long Xuyên tìm gặp người thuộc hạ cũ là Đại úy Hiển đang làm Trưởng phòng mật thám Bảo an Long Xuyên. Ông Thơ sử dụng quyền đặc cách của ông Diệm yêu cầu Đại úy Hiển tuyển lựa 15 người giỏi võ trong số những lính Bảo an của Long Xuyên thành lập 2 đội đặc nhiệm có mật danh là Đội Bảo an Trần Quốc Tuấn. Ngay trong đêm, Đại úy Hiển giao cho Trung sĩ Lợi chỉ huy 1 đội đặc nhiệm mặc thường phục bí mật bao quanh khu vực xưởng cưa gỗ của ông Huỳnh Kim Hoành suốt 24/24 giờ để theo dõi động tịnh của Anh Ba. Một đội đặc nhiệm khác có vũ trang được cử đến đồn Bảo an Chắc Cà Đao thay thế đơn vị đóng tại đó.

Dù không hay biết 2 đơn vị đặc nhiệm đang giăng lưới, nhưng Anh Ba vẫn giữ được bí mật hành tung của mình. Xưởng cưa gỗ của Tư Hoành vừa giáp mặt tiền với con đường tỉnh lộ Long Xuyên Châu Đốc vừa giáp mặt hậu với sông Hậu Giang. Xưởng cưa có nhiều người ra vào cả 2 mặt dưới sông và trên lộ xe. Mỗi khi Anh Ba đến và đi không ai biết muốn rời nơi ẩn náu, người nhà ông Tư cũng là thủ hạ thân tín của Anh Ba dùng xuồng chèo sang sông. Anh Ba chỉ cần ngậm ống thở, lặn xuống nước rồi bám bụng xuồng qua sông.

Sau một tuần mai phục vẫn không bắt được đối thủ, ngày 25-3-1956, ông Thơ trở lại xưởng cưa của Huỳnh Kim Hoành, lần này ông Thơ nêu rõ thông điệp với bà Ng:

"Nếu chú Ba muốn hợp tác với ông Diệm thì tôi sẽ làm trung gian".

Bà Ng trả lời ngay:

"Anh Ba đồng ý nhưng phải có điều kiện. Muốn biết điều kiện gì thì mời ông Đại sứ đến cù lao Tảo nằm giữa sông Tiền, đoạn chảy qua Hồng Ngự (nay là Thường Phước, thị xã Hồng Ngự, Đồng Tháp) để hội đàm".

Bà Ng ấn định thời gian là lúc 20 giờ, ngày 26-03-1956. Ông Thơ khấp khởi mừng thầm trong bụng nghĩ rằng, Ba Cụt sẽ bị ông bắt sống. Ông báo cho Đại úy Hiển biết thông tin hấp dẫn này, và tổ chức mai phục chung quanh khu vực cù lao Tảo. Tuy nhiên, khi ông Thơ đến nơi đúng hẹn chờ nhưng Anh Ba không lộ diện mà sai một cận vệ đến. Người cận vệ này yêu cầu ông Thơ viết 1 bản cam kết rằng, sẽ cố vấn để Ngô Đình Diệm chấp nhận trả lương và đeo lon quân đội chính quy cho toàn bộ Nghĩa quân Cách Mạng. Ông Thơ thất vọng nhưng vẫn phải viết tờ cam kết. Người cận vệ của Ba Cụt cho biết, đêm 4-4-1956, ông Thơ trở lại vị trí này sẽ gặp được Anh Ba. Đội đặc nhiệm bám theo người cận vệ của anh Ba nhưng... mất dấu!

Đến ngày 4-4-1956, Ông Thơ đến điểm hẹn chỉ gặp người cận vệ đưa "Bản Điều Kiện" của anh Ba gồm 16 điểm. Trong đó có vài điểm khiến Ngô Đình Diệm khi đọc xong đã ném bể chiếc gạt tàn thuốc lá như một cách hạ cơn giận. Trong đó có một số điểm như: Công nhận Ba Cụt Lê Quang Vinh là Trung tướng chính ngạch và công nhận cấp bậc sĩ quan và hạ sĩ quan cho tất cả các thuộc hạ của ông ta; Chu cấp toàn bộ cho các gia đình của thuộc hạ Ba Cụt; Chấp nhận cho "Trung tướng" Ba Cụt thành lập 2 sư đoàn. Ông Diệm phải trang bị vũ khí, quân trang cho 2 sư đoàn này; Giao miền Tây Nam bộ cho "Trung tướng" Ba Cụt quản lý và các đơn vị quân sự của ông Diệm không được tự ý xâm nhập khu vực quản lý của "Trung tướng" Ba Cụt...Chấp nhận "bản điều kiện" như vậy, tức là chấp nhận Ba Cụt có lãnh thổ riêng. Tuy nhiên, dù tức giận trước sự đòi hỏi của anh Ba, Ngô Đình Diệm vẫn lệnh cho ông Thơ mềm mỏng dụ Ba Cụt vào rọ.

Ngày 6-4-1956, ông Thơ đề nghị anh Ba gặp nhau tại cù lao Tảo để thương thuyết những điểm trong "bản điều kiện". Anh Ba đi gặp ông Thơ vì anh nghĩ rằng ông Diệm đã chấp nhận 1 phần nào "bản điều kiện", nhưng anh Ba hoàn toàn không hay biết Bộ tham mưu lưu động của chiến dịch Thoại Ngọc Hầu đang tổ chức hành quân qui mô bủa lưới để bắt người kể từ khi Anh đồng ý gặp ông Thơ để thương thuyết. Tướng Dương Văn Minh khi ấy đã điều động 1 trung đoàn bí mật bủa vây phía bắc cù lao Tảo để chặn đường rút lui của anh Ba sang Miên, 1 trung đoàn bí mật phục kích khắp các điểm trọng yếu xung quanh cù lao Tảo. Anh Ba vừa đến điểm hẹn lúc 19 giờ thì toán tiền vệ thám báo phát hiện có nhiều bóng đen ôm súng nằm trong vườn chuối. Ngay lập tức, anh Ba cho lệnh rút lui về phía bờ sông trốn thoát vòng bao vây của tướng Minh. Cả 2 Trung đoàn bao vây một cù lao chiều dài không hơn 4 km một con kiến không chạy thoát nhưng không bắt được anh Ba thật là mất mặt.

Từ cù lao Tảo anh rút quân về Đốc Vàng Đồng Tháp trú ẩn chờ động tịnh, hai trung đoàn của tướng Minh mở cuộc hành quân lục soát vùng phía Bắc Châu Phú, và Thường Phước không tìm ra tung tích anh Ba. Ông Thơ đến nhà ông Huỳnh Kim Hoành nhờ nhắn tin ông sẵn sàng gặp anh Ba để tiếp tục thương thuyết, ông bảo không biết cuộc hành quân của tướng Minh và yêu cầu được gặp anh Ba, ông bảo đảm an ninh cho cuộc gặp tại nhà ông Tư Hoành có đồn Bảo An tại Chắc Cà Đao canh giữ, trưởng đồn và lính trong đồn đều quen biết với anh Ba hầu hết là gốc tín đồ Phật Giáo Hòa Hảo. Nhưng Đại úy Hiển đã chiếm đóng đồn Bảo an Chắc Cà Đao và bố trí liên đội đặc nhiệm Trần Quốc Tuấn chung quanh đồn chờ bắt anh Ba như lần mai phục kỳ trước ở cù lao Tảo, lần nầy kín đáo và cẩn thận hơn.

Đêm 13.4.1956, Ba Cụt và toán cận vệ đâm xuồng qua sông về phía Long Xuyên, ngang vàm Chắc Cà Đao, cập bến gần đồn Đồn Bảo An Chắc Cà Đao, lên bộ, băng qua một thửa ruộng nhỏ rồi lên con lộ chính và tiến về đồn Bảo An Chắc Cà Đao với sự tin tưởng rằng sẽ được các binh sĩ Bảo An trong đồn đón tiếp như những lần trước. Tất cả có 8 người đều mặc đồ đen, 5 người mang súng trường hay tiểu liên, anh Ba mang súng lục, còn hai người không mang súng. Khi họ đang từ từ tiến về phía đồn thì các binh sĩ phục kích hai bên lộ nhảy ra hô đưa tay lên và bắt trói lại, toán cận vệ của anh Ba không trở tay kịp. Người đè anh Ba xuống và trói chặt là Trung Sĩ Lợi nhưng trong thông báo nói là Trung Sĩ I Giầu để che dấu hoạt động đặc biệt của Đội Bảo An Trần Quốc Tuấn. Trung Sĩ Giầu vẫn còn trung thành với Ba Cụt, nên khi ra tòa Trung Sĩ Giầu có khai rằng Ba Cụt nói về để thương thuyết.

Năm cận vệ mang súng bị bắt cùng với Anh Ba là: Nguyễn Văn Hộ, Nguyễn Văn Phú, Nguyễn Văn Thơ, Nguyễn Văn Tóc và Võ Văn Vĩnh. Hai người còn lại không mang vũ khí là Phan Văn Hoành và Trần Tấn Hanh. Hai người này phụ trách chèo đò.

Ngày 29.5.1956, trong một buổi lễ trao lệnh kỳ và huy chương, Đại Biểu Chính Phủ đã trao tặng Liên Đội Bảo An Trần Quốc Tuấn một triệu đồng vì có công bắt được Tướng Ba Cụt. (Đoàn Thêm, 1945 – 1964, Việc từng ngày, Xuân Thu, Hoa Kỳ, tr. 197). Riêng Đại Úy Hiển được thưởng 1 triệu đồng, Trung Sĩ Lợi 200.000 đồng và được đặc cách thăng Thiếu Úy. Tuy nhiên, khoảng một năm sau khi Anh Ba bị xử tử, Thiếu Úy Lợi đang nằm ngủ trưa ở đồn Bảo An Thốt Nốt, Long Xuyên, thì bị một kẻ lạ mặt bắn bằng súng Colt 12 ly, đạn xuyên qua đầu và chết ngay tại chỗ. Cơ quan an ninh nghi rằng một tay chân bộ hạ của Anh Ba đã hạ sát Thiếu Úy Lợi để báo thù. Tháng 12 năm 1956 ông Nguyễn Ngọc Thơ làm Phó Tổng Thống, một chức vụ hữu danh nhưng không có quyền chỉ làm bù nhìn cho Diệm Nhu, một cách ông Diệm thưởng công cho ông Thơ trong việc bắt được lãnh tụ Nghĩa Quân Cách Mạng. Sau khi anh Ba bị bắt, ông Thơ không hề trở lại Long Xuyên cho đến ngày cuối đời, ông sợ bị trả thù cái gương Thiếu Úy Lợi để ông luôn đề cao cảnh giác.

Ngay sau khi bắt được Anh Ba và toán cận vệ Nghĩa quân được hơn 10 xe nhà binh đến áp giải họ về Long Xuyên, đoàn xe chạy vào thành phố, hai bên đường dân chúng ra xem rất đông. Anh Ba ngồi giữa ghế sau xe Jeep vẫn mặc bộ đồ bà ba đen tóc dài chấm vai đoàn xe chạy ngang qua rạp hát Thanh Liêm đến công trường Trưng Nữ Vương quẹo vô ty công an của Tỉnh, sau đó họ bị đưa về Cần Thơ để lập hồ sơ truy tố ra Tòa. Chiến dịch Thoại Ngọc Hầu chấm dứt vào ngày 31 tháng 4 năm 1956, dân miền Tây có người không đồng ý cách làm của anh Ba như: cướp của người giàu, thu thuế nông nghiệp, thu tiền các con buôn vùng biên giới để nuôi quân và mua súng đạn, nhưng họ cũng không chấp nhận cách lừa phỉnh của Ngô Đình Diệm. Hơn thế khi họ thấy cách đối xử của ông Diệm với Ba Cụt bằng cách lập ra tòa án Đại hình để kết tội và đem chặt đầu, một cách hành xử như thời Trung cổ đem áp dụng vào hậu bán thế kỷ 20 ở miền Nam Việt Nam. Chánh phủ Ngô Đình Diệm dùng thủ tục pháp lý để kết tội Anh Ba. Qua ba phiên tòa đã kết liễu đời người anh hùng áo vải, các thủ tục dùng để truy tố có những điểm cưỡng chế, những điều không mang tính xác thực. Ông Thơ người đã gặp phạm nhân hai lần đều không có mặt ở 3 phiên tòa, các nhân chứng đều được xếp đặt và dàn dựng.

Phiên tòa thứ Nhất: Ngày 11.6.1956: Tòa Sơ thẩm Đại hình họp tại Cần Thơ, với thành phần: Chánh án là ông Huỳnh Hiệp Thành, Đại diện Công tố viện là ông Biện lý Lâm Lễ Trinh, các Luật sư biện hộ cho bị can là ông Vương Quang Nhường, Lê Ngọc Chấn. Tòa tuyên án tử hình theo đề nghị của ông Biện lý Lâm Lễ Trinh. Lê Quang Vinh bị cáo là tòng phạm trong nhiều vụ ám sát, như trong vụ bị cha vợ của Huỳnh Văn Y là Trần Văn Thân đứng đơn thưa, nhưng Trần Văn Thân không có mặt tại tòa. Quan tòa đọc đơn tố cáo cho anh Ba nghe. Sau khi nghe xong anh Ba hỏi quan tòa: "Cha vợ làm đơn thưa rồi cho con mình làm chứng như vậy được sao quan tòa?" Ông Chánh án giải thích:

"Không có gì lạ cha vợ có thể đứng đơn tố cáo kẻ giết con rể, hơn nữa trong đơn viết rõ Huỳnh Văn Y bị giết vì không chịu đóng thuế."

Ông Chánh án hỏi anh Ba nếu người dân không đóng thuế thì ông giải quyết bằng cách nào? Anh Ba điềm tĩnh trả lời:

"Người làm cách mạng là người luôn biết ơn nghĩa với người giúp mình, những người sống trong vùng chúng tôi kiểm soát luôn tự nguyện đóng góp không có sự ép buộc."

Ông Chánh án buộc tội: "Đại đội 21 của anh thường bắt buộc người dân phải đóng thuế nuôi quân. Ba Cụt đã trả lời:

"Thưa ông, tôi là tướng lãnh, chiến sĩ của tôi tuy có tổ chức song vì hoạt động bí mật, phải phân tán đóng quân, khi có công tác thì hiệp lại, xong công việc thì ẩn, vì vậy tôi làm sao kiểm soát hết được cấp dưới... Hơn thế nữa bọn Việt Minh cũng đi thu thuế, người dân không thể phân biệt ai là Nghĩa quân ai là Việt Minh".

Trước vành móng ngựa, người anh hùng áo vải trong bộ đồ bà ba màu trắng có hai túi, tóc dài phủ tới vai, đi chân không đã hiên ngang đứng ngay thẳng, không tỏ vẻ sợ hãi, khúm núm, vẫn giữ tác phong người chỉ huy đã trả lời từng câu hỏi của tòa, phản biện những lời buộc tội không căn cứ của công tố viên.

Luật sư Phạm Ngọc Thu đã nêu 2 yếu tố pháp lý: Tòng phạm bị tội là phải có nhúng tay vào, chớ thụ động thì không tội. Làm sao kết tội là Ba Cụt đã có thỏa thuận với chánh phạm, trong 8 vụ nêu ra trước tòa không chánh phạm nào bị bắt, không có lời cung khai hay có thể đối chất với chánh phạm. Không có một bằng chứng cụ thể nào nói rằng Ba Cụt đã có nhúng tay vào những vụ cố sát, đốt nhà để buộc tội Ba Cụt tòng phạm. Tòa chỉ có tài liệu giấy tờ và chỉ suy luận theo giấy tờ mà thôi! Tưởng cũng nên kể thêm những phút khôi hài trong phiên tòa xử án.

Anh Ba nói:

"Đã không bắt được thủ phạm giết người, không biết thủ phạm là ai, tại sao lại nói chúng nó là người của Ba Cụt?".

Ông chánh án bảo: "Nhưng người ta thấy rõ những kẻ ấy mặc đồ đen."

Anh Ba đưa tay lên trời nói:

"Nếu mặc đồ đen mà đi làm bậy rồi căn cứ vào bộ đồ đen đó nói là người của Ba Cụt, thì chết tôi rồi, ở thôn quê mà không mặc đồ đen chớ mặc đồ gì?".

Trước Tòa, anh nói có đầu có đuôi, mạch lạc rõ ràng, chứng tỏ anh có tài biện luận đối với các câu hỏi dẫn bị cáo vào con đường nhận tội. Câu nói cuối cùng của Anh khi nghe tòa tuyên án tử hình:

"Tôi là một chiến sĩ chống Cộng và tôi không phạm những tội do Tòa đã gán ghép cho tôi. Tôi vô tội"

Phiên tòa thứ Hai: Bị cáo Lê Quang Vinh chống bản án của tòa Sơ thẩm Đại hình lên tòa trên, theo nguyên tắc phiên tòa Thượng thẩm Đại hình phải họp ở Sài gòn, nhưng ông Diệm đã ký Dụ số 53 ngày 14 tháng 6 năm 1956 chỉ có 3 ngày sau khi tòa Sơ thẩm tuyên án tử hình. Dụ số 53 cho phép tòa Thượng Thẩm Đại hình nhóm ở Cần Thơ để xử án Lê Quang Vinh, Dụ nầy không đăng vào công báo. Luật sư Vương Quang Nhường biện hộ cho bị can tuyên bố phiên tòa Thượng thẩm là bất hợp pháp, nhưng tòa vẫn nhóm họp ngày 25.6.1956, tòa Thượng thẩm Đại hình họp tại Cần Thơ với thành phần chánh án: Lê Văn Thu, công tố viện: Lê Văn Tuấn, để phúc thẩm lại án Lê Quang Vinh và ngày 26.6.56 tòa y án tử hình của tòa Sơ Thẩm Đại hình Cần Thơ.

Phiên tòa thứ Ba: Đây là phiên tòa Quân sự Đặc biệt ngày 3-7-1956, chỉ có 7 ngày sau phiên tòa Thượng thẩm đã xử Ba Cụt y án tử hình. Toà án Quân sự họp tại Cần Thơ để xét về khía cạnh an ninh quốc gia với thành phần Chánh án: Vũ Tiến Tuân, Ủy viên chánh phủ: Thiếu tướng Mai Hữu Xuân, và ngày hôm sau, 4.7.1956, tòa tuyên án Lê Quang Vinh: tử hình cộng thêm tước đoạt binh quyền và tịch thâu tài sản. Tòa Quân sự được tổ chức để gia thêm một án tử hình thứ hai cho Ba Cụt trên danh nghĩa là Trung tá Trừ bị, Chỉ huy Trung đoàn 6 Khinh Binh. Bản án tòa Quân sự là loại án được đem ra thi hành ngay, không có thủ tục kháng cáo. Chiều ngày 4-7-1956 phiên tòa này đã gán một án tử hình thứ hai cho Ba Cụt.

Ba phiên tòa liên tiếp nhóm trong vòng chỉ có 23 ngày, dồn dập, gấp rút tuyên hai án tử hình cho một tội nhân, bất chấp những lời phản kháng của các luật sư, đã nói lên chủ tâm của chánh quyền Ngô Đình Diệm muốn giết Ba Cụt càng nhanh càng tốt.

Lê Quang Vinh chẳng những đã bị xử như một quân nhân phiến loạn mà còn được gán cho tội danh là cướp bóc tài sản, bạo hành dân chúng. Ba Cụt đã nói trước tòa: "...Tôi nhìn nhận đã từng đụng chạm với quân đội vì chưa hiểu rõ lập trường của chánh phủ như thế nào..., còn buộc tội tôi phản quốc chống lại quốc gia Việt Nam thì tôi nhất định không nhận...Nói tôi giết người cướp của thì xin quý Tòa nhớ giùm: tôi không có nhà lầu, xe hơi, tiền gởi ở nhà băng. Nhà cửa của tôi là bưng biền, sự nghiệp tôi chỉ là một chiếc nóp mà thôi!"

Việc bất thường trong diễn tiến các bản án là kể từ ngày bị bắt (13-4-1956) cho đến ngày bị hành hình (13-7-1956), kể cả các thủ tục kháng cáo, thời gian để định đoạt một mạng người, chỉ vỏn vẹn có ba tháng, một thời gian kỷ lục quá ngắn trong lịch sử pháp đình ở miền Nam, không đếm xỉa đến các lời phản kháng chánh thức của các luật sư Lê Ngọc Chấn, Đinh Xuân Các, Phạm Ngọc Thu và Vương Quang Nhường. Một phiên tòa Quân sự xử chung thẩm cũng đã được tổ chức để ra thêm một án tử hình thứ Hai!

Những lời cuối cùng trước tòa của người anh hùng áo vải trích thuật như sau:

"Thưa quý tòa, trong 10 năm nay, tôi đã cùng toàn dân chống Thực dân và Việt Minh cũng vì chống với họ tôi đã bị đạn hồi năm 1946. Tôi nói sự thật như vậy chớ khi làm chiến sĩ bị đạn thì không có nghĩa lý gì. Trong gia đình tôi không phải chỉ có tôi làm chiến sĩ quốc gia mà những đứa em tôi cũng đã xả thân cho đất nước. Thằng em thứ năm của tôi cũng vì chống Thực dân Pháp mà phải chết về tay người Pháp tại Cù lao ông Chưởng. Đến thằng em thứ tư của cũng vì chống Việt Minh quyết liệt tại Đồng Tháp mà phải bỏ mạng tại Đồng Tháp.

Thưa quý tòa, thù nước thù nhà như vậy mà tôi phải bắt tay với Pháp không nói ra chắc quý Ngài cũng hiểu cho vì hoàn cảnh nào đó thúc đẩy tôi có những lúc phải đương đầu đánh cả hai bên. Chính vì vậy tôi phải ra thành vô bưng nhiều lần. Người ta gọi tôi là tặc tướng khi hàng, khi phản nhưng có mấy ai hiểu thấu hoàn cảnh của tôi, một kẻ nuôi chí lớn, quyết trả thù nhà nợ nước mà chiến đấu với mọi thiếu thốn, từ súng đạn ít ỏi, lương thực tự túc, tiền bạc không có sẵn trong khi địch phủ vây với sức mạnh bằng trăm ngàn lần hơn. Tôi thật lòng đầu hàng nhưng người ta nói tôi phản."

Nói đến đây Ba Cụt tức giận nắm chặt hai tay nói lớn:

"Thưa quý tòa, trước đây, có biết ai là quốc gia chánh hiệu ai là tay sai Thực dân đâu? Bây giờ thấy tình thế nước nhà yên ai cũng xưng mình là người quốc gia chống Cộng sản, chống Thực dân được hết. Còn trước đây, tôi ở trong bưng vừa đánh Thực dân vừa đánh Cộng sản thì tôi lại bị không biết bao nhiêu lực lượng khác ráp lại đánh tôi, đánh ngang hông, đánh sau lưng đánh tứ giăng...Thực dân Pháp giày xéo nước tôi, đã đem hiệp định vừa ký chưa ráo mực như mảnh giấy lộn, nó phản bội nhiều chuyện động trời nên tôi phải đánh nó, đánh đến chết thì thôi, chớ làm sao bảo tôi đầu hàng nó được! Cộng sản cũng vậy, tôi đã chống nó từ năm 1945 và từ khi nó ký hiệp định Genève chia hai đất nước của tôi thì tôi càng chống nó hơn nữa. Tôi chống nó hoài hoài, còn hơi thở là tôi chống nó. Còn Bảo Đại cũng vậy, khi tôi biết ông ta bắt tay với Thực dân thì tôi chống ông luôn. Do đó mà tôi nghịch với ông Hinh (tướng Nguyễn Văn Hinh) tôi trở về bưng. Cho đến khi ông Diệm ở đâu về đây làm Thủ tướng mà hồi nào tới giờ tôi không biết và không nghe ai nói, thì bảo tôi kéo binh về hợp tác, làm sao tôi tin được.."

Quan tòa nhắc Ba Cụt đừng nói xa vời ra ngoài lề. Ba Cụt hạ giọng nói tiếp:

"Đứng giữa đây tôi nói có Trời làm chứng, sở dĩ phải đụng chạm với quân đội quốc gia là vì tôi đang ở trong thế kẹt mà bị tấn công tứ phía, chớ mỗi lần đụng độ như vậy, tôi hết sức đau lòng. Bởi vì tôi nghĩ rằng một ngày nào đây, tôi cũng trở về với quân đội quốc gia. Tôi chưa trở về được vì nhiều lý do rắc rối không giải quyết được phía anh em chiến sĩ của tôi. Có những lúc giải quyết xong phái sĩ quan đi liên lạc để xếp đặt trở về thì liên lạc bị bắt giết giữa đường. Hỏi vậy tôi phải làm sao đây?

Đến hai lần hội kiến với ông Đại sứ Nguyễn Ngọc Thơ, tưởng công việc êm xuôi, thì ông Thơ không dứt khoát gì hết mà cứ hứa. Trong khi đó, tôi đã sắp đặt phía bên tôi xong xuôi cả, chỉ chờ ngày về với chánh phủ quốc gia, chờ đến nóng lòng tôi phải ra đi và bị bắt như vậy! Ba Cụt kết luận:

" Tôi nhìn nhận có làm mất trật tự và an ninh của dân chúng, tôi đã từng đụng chạm với quân đội, đó chẳng qua tôi chưa hiểu rõ lập trường của chánh phủ như thế nào, còn buộc tôi tội phản quốc chống lại quốc gia Việt Nam thì tôi nhất định không nhận" Cuối cùng Ba Cụt lập lại câu nói trước đây:

" Tôi nghe nói Tổng Thống Ngô Đình Diệm chống Thực dân, Cộng sản và Phong kiến vậy tại sao ông lại bắt tôi đem giết? Làm chiến sĩ tôi không sợ chết. Nhưng chết như vậy thì tức lắm. Tôi muốn sống để tiếp tục đánh Cộng sản. Tôi sẽ tình nguyện ra tận vĩ tuyến 17 mà đánh Cộng và đánh đến hơi thở cuối cùng."ông Chánh án hỏi:

"Bị can dứt lời rồi chưa?"

Ba Cụt nói:

"Bây giờ ông Chánh án xử cách nào tôi cũng không biết nói làm sao?" (Trích nguyên văn từ trang 236-238 trong Hồi Ký Quân Sử Nghĩa Quân Cách Mạng)

Quyết định tối hậu về mạng sống của Ba Cụt đến giờ phút chót ở trong tay Ngô Đình Diệm. Với tư cách một Tổng Thống, ông Diệm là người có quyết định cứu xét đơn thỉnh cầu ân xá của tội nhân nhưng ông Diệm đã ký sắc lịnh số 98-TP ngày 8-7-1956, không ân xá cho Lê Quang Vinh. Là một quân nhân có cấp bậc chánh thức là Trung Tá trong Quân đội Việt Nam, Luật sư Lê Ngọc Chấn thay mặt cho Lê Quang Vinh xin được xử bắn ở pháp trường theo quân luật. Nhưng lời yêu cầu được chết trong danh dự này của một sĩ quan cũng không được chấp thuận! Cái máy chém của thực dân Pháp sử dụng trong thời Pháp thuộc đã được đao phủ thủ là Đội Phước lau chùi, đem từ Sài Gòn xuống Cần Thơ để xử trảm Ba Cụt. Sáng sớm ngày 13 tháng 7 năm 1956 trong bộ đồ bà ba màu đen cố hữu của Lê Quang Vinh tự Ba Cụt 32 tuổi gương mặt hiên ngang không tỏ ra một chút sợ hãi, với bước đi chững chạc được hai người hiến binh đưa ra pháp trường hành quyết là một sân cỏ trống (một nghĩa địa) trên đường Hòa Bình tỉnh Cần Thơ. Sau hành quyết thi thể Lê Quang Vinh không trao trả cho thân nhân để chôn cất. Đầu lìa khỏi cổ thân thể người anh hùng áo vải đã bí mật đem thủ tiêu không ai biết. Đây là một việc làm vô cùng tàn ác, bất nhân, mang tính trả thù tiểu nhân, trái với đạo lý và văn hóa dân tộc Việt.

Người chứng kiến cuộc hành quyết là Chánh án Huỳnh Hiệp Thành thay vì ông Biện lý Lâm Lễ Trinh và Thừa Phát Lại như thủ tục đã định trước. Theo lời kể của ông Chánh án Thành: "Tử tội Lê Quang Vinh có một thái độ bình tĩnh không lộ một chút sợ hãi nào trước khi bước tới máy chém. Thấy cảnh đầu rời khỏi cổ của tử tội, về nhà cả tuần lễ sau tôi ăn ngủ không yên giấc, hình ảnh ghê rợn cứ lởn vởn trong đầu."
Một ngôi mộ gió được dân chúng địa phương xây dựng ngay nơi sanh quán xã Thới Long, quận Ô Môn, tỉnh Cần Thơ để tưởng nhớ người anh hùng áo vải Lê Quang Vinh tự Ba Cụt.

Ngày 1 tháng 11 năm 1963 nhà Ngô bị đảo chánh, sáng ngày hôm sau trên thiết vận xa M.113 từ nhà thờ Cha Tam đi về Bộ Tổng Tham Mưu, những phát súng lục của Đại Úy Nhung đã kết kiểu cuộc đời anh em Diệm Nhu. Nhìn hai thi thể anh em họ nằm trên sàn xe thiết vận xa không ai ngờ cuộc đời họ có ngày thảm thương như thế.
Ngày 13 tháng 7 năm 1964, một Lễ Kỷ niệm 8 năm Ba Cụt bị bức tử đã được long trọng tổ chức ở Thốt Nốt với sự tham dự của hơn năm ngàn chiến sĩ Dân Xã Đảng. Đại diện Chánh phủ có Tổng trưởng Nội vụ, Thiếu tướng Lâm Văn Phát và Tổng trưởng Thông tin ông Phạm Thái. Một Kiến nghị xin hủy bỏ các bản án, phục hồi công quyền và phục chức của Lê Quang Vinh đã được trình lên Chánh phủ nhưng Ba Cụt đã hóa ra người thiên cổ!
Ngày 17 tháng 3.1965, tất cả 3 bản án của tòa án Quân sự và của tòa Đại hình bị hủy bỏ do phán quyết của Phòng Tái Thẩm tòa Thượng Thẩm Sài Gòn.

Tài liệu tham khảo:
Hồi Ký Quân Sử Nghĩa Quân Cách Mạng
Trần Thị Hoa tự Phấn
Lê Quang Vinh (Ba Cụt) Anh hùng hay Loạn tướng tác giả
Trần Ngươn Phiêu
Việc từng ngày Đoàn Thêm
Báo Văn Nghệ USA

Ba Cụt tức Lê Quang Vinh

Năm Lửa tức
Trần Văn Soái
Phật Giáo Hoà Hảo

<u>Lời nói đầu:</u>
Viết về một nhân vật cách đây trăm năm là một việc rất khó, chỉ căn cứ vào những sử liệu, hơn nữa những tài liệu đó có những điều trái ngược nhau không biết đâu là thực hư thế nào. Việc truy sát Tạ Thu Thâu một lãnh tụ Cộng sản thuộc nhóm đệ tứ do nhóm lãnh đạo đệ tam đảng Cộng sản chủ động vào năm 1945. Sự mất tích của ông là một bằng chứng mang tính lịch sử vào thập niên 40 của thế kỷ 20. Những người Cộng sản thuộc nhóm đệ tam xem nhóm đệ tứ là những thành phần dị chủng cần phải tiêu diệt ngay. Trên 70 năm qua đã không còn ai nói đến việc sát hại nhau của những người Cộng sản nhưng khác hệ phái. Chuyện phục hồi danh dự nhóm Đệ tứ Cộng sản là một điều hoang tưởng

Tạ Thu Thâu sinh vào ngày 5 tháng 5 năm 1906 tại làng Tân Bình, tổng An Phú, quận Thốt Nốt (sau này tách ra thành lập quận Lấp Vò, Tỉnh Long Xuyên (ngày nay thuộc thị trấn Lấp Vò, huyện Lấp Vò, tỉnh Đồng Tháp), là con thứ tư trong một gia đình đông con và nghèo.

Cha ông là Tạ Văn Sóc làm nghề thợ mộc kiêm nghề bốc thuốc. Từ nhỏ ông là một đứa trẻ thông minh, ở nhà ông không bao giờ học bài vì phải phụ giúp cha mẹ. Ông chỉ học bài trên đường đi từ nhà đến trường, năm 11 tuổi, sau khi mẹ qua đời, ông đậu bằng tiểu học và trúng tuyển nhập học trường trung học Chasseloup Laubat, tốt nghiệp trung học ông đi dạy và sang Pháp du học. Là một thanh niên yêu tổ quốc, một nhà cách mạng

Việt Nam vào đầu thế kỷ 20, một lãnh tụ Cộng sản Đệ Tứ trong phòng trào Cộng sản Việt Nam.

Sau khi đậu bằng Tú tài bản xứ (*Baccalauréat Franco-Indigène*) ông dạy học ở trường tư thục Nguyễn Xích Hồng, Sài Gòn. Một thầy giáo trẻ với lòng nhiệt thành hấp thụ một nền giáo dục Tây phương, ông tham gia những nhóm thanh niên yêu nước, trong đó có đảng An Nam trẻ (*Jeune Annam*) năm 1925. Các tổ chức thuộc thành phần trí thức trẻ có chủ trương chống lại sự cai trị của thực dân Pháp. Sau đó đảng An Nam bị nhà cầm quyền thuộc địa giải tán. Tạ Thu Thâu coi giai đoạn này trong đời ông là những bồng bột của tuổi trẻ. Tuy nhiên trong những năm 1926, Tạ Thu Thâu đã tham gia nhiều cuộc biểu tình phản đối chính phủ Pháp, đòi các quyền tự do, dân chủ cho dân Việt. Ông thấy tranh đấu ở Việt Nam không có hiệu quả, ông quyết định xin qua Pháp để du học. Tháng 7 năm 1927 lúc đó ông mới 21 tuổi để vào Đại học Paris học về môn Khoa học. Tại Paris ông quen biết nhiều nhà trí thức Pháp và Việt trong đó có ông Nguyễn Thế Truyền một nhà trí thức khoa bảng yêu nước từng đòi chánh phủ Pháp trả tự do cho cụ Phan Bội Châu, đồng thời đòi người Pháp phải tôn trọng quyền tự do của Việt Nam. Nguyễn Thế Truyền và một số Việt kiều ở Pháp đứng ra thành lập An Nam Độc Lập Đảng. Tạ Thu Thâu gia nhập đảng của Nguyễn Thế Truyền và lãnh nhiệm vụ điều hành đảng từ năm 1928 sau khi ông Truyền trở về Việt Nam. Ông đứng tên chung với Huỳnh Văn Phương xuất bản tờ La Résurrection với chủ trương chống chánh phủ thuộc địa không bao lâu tờ báo bị đình bản và đảng An Nam Độc Lập bị giải tán.

Tạ Thu Thâu một thanh niên trẻ thông minh năng động, tánh tình cứng rắn trên nguyên tắc, ông cương quyết trong việc đấu tranh với thực dân Pháp, theo ông một quốc gia văn minh và tiến bộ như nước Pháp lại để cho một nhóm giàu có xâm chiếm các nước nghèo kém mở mang, đàn áp và bóc lột nhân dân các nước nghèo như Việt Nam. Ông chỉ kết án đối với thực dân Pháp, riêng những người Pháp yêu tự do và bình đẳng, ông luôn kính trọng và tìm cách kết thân với họ. Người ta tìm thấy một Tạ Thu

Thâu có tính khoan dung độ lượng đối với bạn bè, đồng chí ông luôn mềm dẻo, hòa đồng với mọi người nên được nhiều người kính trọng và yêu mến. Có thể nói Tạ Thu Thâu là một nhà yêu nước, một người cách mạng của Việt Nam vào đầu thế kỷ 20, tên tuổi của ông gắn liền với công cuộc đấu tranh giành độc lập cho nước nhà.

Mặc dù bị chánh phủ Pháp ngăn cản Tạ Thu Thâu vẫn tiếp tục tranh đấu cho Việt Nam được tự do. Năm 1929 ông tham gia Liên Đoàn Phản Đế tại Đức quốc một tổ chức nhằm chống Chủ nghĩa Đế quốc, cũng trong thời gian nầy ông tiếp xúc với những người Pháp có tư tưởng tiến bộ chống chủ nghĩa thực dân tại Paris như nhà văn nhà sử học Daniel Guérin. Chủ thuyết Cộng sản do Karl Marx đề xướng và Lenin là người vận dụng còn gọi chủ nghĩa Marx-Lenin, chủ thuyến nầy lan rộng khắp châu Âu được nhiều nhà nghiên cứu chánh trị ưa thích. Tạ Thu Thâu một thanh niên 23 tuổi nhiệt huyết đang tranh đấu cho một nước Việt Nam tự do không thể nào bỏ qua một chủ thuyết có thể giúp cho ông trong công việc đấu tranh với chủ nghĩa thực dân. Tạ Thu Thâu tiếp xúc với Alfred Rosmer một người Cộng sản theo khuynh hướng Trotsky còn được gọi là Tả Đối Lập và được giới thiệu vào tổ chức Trotsky tại Pháp và ông trở thành lãnh tụ Cộng sản thuộc nhóm Trotsky Việt Nam đầu tiên. Lenin chết năm 1924, Trotsky và Stalin tranh giành quyền lực ai là người kế vị Lenin? Phe Stalin thắng thế đưa đến cuộc thanh trừng đẫm máu. Trotsky phải lưu vong lập nhóm Cộng sản Đệ tứ chống lại Cộng sản Đệ tam do Stalin lãnh đạo. Tại Paris Nguyễn Văn Tạo và Trần Văn Giàu thuộc Cộng sản Đệ tam. Ở vào thời điểm 1929 việc chọn lựa theo một chủ thuyết là một khó khăn và thử thách nếu không muốn nói can đảm.

Tạ Thu Thâu thuộc thế hệ trẻ sau Phan Bội Châu và Phan Chu Trinh, ông sang Pháp du học vào những năm 1927, mặc dù đang ở Pháp nhưng vào thời điểm đó sự tranh chấp giữa Stalin và Trotsky đang đến hồi quyết liệt sau khi Lenin mất năm 1924. Từ chủ thuyết Mác Lê đã sinh ra hai khuynh hướng khác nhau Mac xít thật và giả. Những người không theo Cộng sản gọi đó là phong trào "Tả phái" và "cực Tả phái" hay "Tả phái đối lập". Tại Pháp Tạ Thu Thâu có những cuộc tiếp xúc với người Pháp theo đảng Cộng sản, do nhận xét riêng của ông, Trotsky tượng trưng cho công lý và sự thật, chủ trương của nhóm Trotsky theo đúng đường lối Marx-Lenin, trong khi Stalin có những thay đổi trái với đường lối nguyên thủy, Stalin là một con người tồi tệ và hung ác thẳng tay trừng trị những người không theo đường lối của ông ta. Stalin đã làm một cuộc thanh trừng đẫm máu trên đất Liên Xô vào những năm 1935 và về sau. Theo lương tâm và sự suy tư Tạ Thu Thâu đã theo " Tả phái Đối lập" chính sự chọn lựa nầy, ông đã phải trả một giá thật đắt bằng chính mạng sống của mình.

Quan niệm dân chủ của những người Cộng sản với nhau đã có sự khác biệt, theo Stalin chỉ có "tập trung dân chủ" tức chỉ có một đảng và trong một đảng chỉ có một khuynh hướng. Mọi khuynh hướng khác bị coi là phản động, điều nầy cho thấy chủ trương như thế hoàn toàn không có dân chủ. Trotsky chống lại lý luận của Stalin đồng thời viện dẫn Stalin không đi đúng đường lối của Lenin. Trong xã hội có nhiều tầng lớp khác nhau do điều kiện của cuộc sống, mỗi người đều có những tư duy khác nhau. Dân chủ là phải công nhận các khuynh hướng khác nhau, được quyền phát biểu, được quyền đối lập…. Khi nói về "Chuyên chính vô sản" Lenin bảo "chuyên chính vô sản" là để đối đầu với "chuyên chính tư sản". Tư sản chỉ dựa vào thiểu số những người có

Lev Davidovich Trotsky
1879 - 1940

tiền, có của, trong khi vô sản dựa vào dựa vào đa số nông dân và thợ thuyền, nó có tính cách dân chủ và tiến bộ. Nhưng Stalin biện luận cách khác cho rằng: khi tiến lên xã hội chủ nghĩa cuộc tranh đấu giai cấp càng gia tăng. Nhà nước vô sản phải được củng cố và nhà nước phải đứng ra làm chuyên chính. Điều nầy cho thấy nhà nước Cộng sản là một chính thể độc tài đảng trị, đưa đất nước vào con đường bế tắc. Vào những năm 1989 bắt đầu từ Ba Lan lan qua các nước Đông Âu nhất là bức tường Bá linh ngăn cách Đông và Tây Đức bị dân chúng nổi lên phá bỏ và chế độ Cộng sản Liên Xô cáo chung năm 1990. Người ta cho chế độ Cộng sản là một tai họa lớn cho nhân loại.

Năm 1930 ngày 20 tháng 5, Tạ Thu Thâu và một số kiều bào tại Pháp tham gia cuộc biểu tình trước điện Elysée để phản đối việc xử tử Nguyễn Thái Học và 12 đồng chí Việt Nam Quốc Dân Đảng ở Yên Bái. Ông bị bắt cùng với 18 thành viên thuộc Tổng Hội Sinh Viên Đông Dương trong đó có Nguyễn Văn Tạo và Trần Văn Giàu tất cả đều bị trục xuất về Việt Nam. Ở Việt Nam, ông hoạt động cách mạng bằng nhiều phương tiện khác nhau như làm báo, đi thuyết giảng chủ thuyết Cộng sản, ông cũng là người tổ chức và lãnh đạo Tả Đối lập vào năm 1931 ở miền Nam.

Đảng Cộng Sản của Tạ Thu Thâu lan rộng nhanh chống trong khi nhóm Đệ Tam Cộng sản của Trần Văn Giàu và Dương Bạch Mai rất yếu co cụm trước sức bành trướng của Đệ Tứ. Trần Văn Giàu và Dương Bạch Mai đề nghị xin hợp tác thành lập một chiến tuyến duy nhất trên cơ sở "Bảo vệ Thợ thuyền". Đôi bên thỏa thuận không tuyên truyền vu cáo chống đối nhau. Nhóm Đệ tứ thôi không phê bình chủ nghĩa Stalin, phe Đệ tam không tung tin nhóm Trotsky làm gián điệp và tay sai cho đế quốc… Tháng 5 năm 1932 xuất bản tờ Vô sản phổ biến đến mọi tầng lớp nhân dân đề cao lý tưởng công bằng xã hội. Sau khi tờ Vô sản đi vào hoạt động, ông làm tờ báo bằng Pháp ngữ lấy tên "La Lutte"(Tranh Đấu) phát hành vào tháng 4 năm 1933. Tờ báo qui tụ nhiều nhà trí thức Việt Nam từng sống ở Pháp như Nguyễn An Ninh, Phan Văn Hùm, Huỳnh Văn Phương, Trần Văn Thạch và Dương Bạch Mai.., một tờ báo có khuynh hướng chống lại chính sách thực dân của Pháp tại Đông Dương. Những hoạt động của tòa báo được mọi người biết đến dưới tên gọi Nhóm Tranh Đấu những thành phần trong nhóm nầy đa số đều theo khuynh hướng Cộng sản có người từng được Liên Xô huấn luyện, có người cộng tác với đảng Cộng sản Pháp, ngoại trừ Tạ Thu Thâu chịu ảnh hưởng của Trotsky. Vì những hoạt động chống lại chánh sách của Pháp nên Tạ Thu Thâu bị bắt và bị kết án 2 năm tù treo.

Đầu năm 1937, Tạ Thu Thâu và các nhân vật trong nhóm Tranh đấu ứng cử vào Hội đồng Thành phố Sài Gòn nhân danh tổ chức Sổ lao động cùng với Dương Bạch Mai, Nguyễn Văn Tạo, Phan Văm Hùm, liên danh đắc cử vẻ vang. Nhưng chánh quyền Thành phố Sài Gòn không công nhận kết quả bầu cử đồng thời bắt giam Tạ Thu Thâu về tội phá rối trị an, mãi đến năm 1939 ông mới được thả. Sau khi được thả ra, ông và nhóm Tranh Đấu tiếp tục ra ứng cử Hội đồng Quản Hạt.(Hội đồng Thuộc địa Nam Kỳ) Người Pháp cho tổ chức bầu cử nhằm tuyển chọn thành phần theo đuôi Pháp làm bù nhìn hay tay sai cho Pháp. Tạ Thu Thâu tố cáo bầu cử gian lận và phản đối với Toàn Quyền Đông Dương cũng như Quốc Hội Pháp. Nhiều cuộc biểu tình xuống đường chống bầu cử gian lận. Chánh quyền Pháp ra lệnh bắt hết liên danh nhóm Tranh Đấu và đưa tòa kết tội. Tạ Thu Thâu và một số đồng chí như : Phan Văn Hùm, Trần Văn Thạch, Nguyễn Văn Sô, Trần Văn Sĩ… bị đưa ra Côn Đảo. Kể từ tháng 10 năm 1940 đến năm 1944 ông mới được phóng thích từ Côn Đảo trở về đất liền. Nếu tính từ năm 1932 cho đến năm 1944 Tạ Thu Thâu bị bắt 6 lần, bị ra tòa kết án 5 lần tổng cộng 13 năm tù trong đó ở tù Côn Đảo gần 4 năm. Côn Đảo là nhà tù đặc biệt do Pháp xây dựng dùng để giam giữ những người tù hình sự nguy hiểm cũng như những người làm chánh trị có tầm vóc, các hoạt động của họ có thể an nguy đến chánh sách cai trị của Pháp tại Việt Nam, nhiều nhà cách mạng đã bỏ thây ngoài Côn Đảo.

Từ năm 1934 những người Cộng Sản trong Nhóm Tranh Đấu ra ứng cử đa số đều trúng cử do dân chúng ủng hộ. Người dân ủng hộ họ vì dân chúng nghĩ họ là những người yêu nước, người dân chưa ý thức người Cộng Sản như thế nào. Bên trong hậu trường những người Cộng sản đấu đá nhau một cách khốc liệt.

Ngày 3 tháng 2 năm 1930 ông Hồ Chí Minh từ Cửu Long thuộc Hồng Kông theo chỉ thị của Liên xô thành lập đảng Cộng sản Việt Nam, cũng trong năm 1930 cuộc khởi nghĩa Xô Viết Nghệ Tĩnh bùng nổ nhưng bị thất bại, người Pháp kết án tử hình Hồ Chí Minh nhưng ông trốn thoát. Năm 1931 Tạ Thu Thâu tổ chức Tả Đối Lập còn được gọi Cộng sản Đệ tứ được phổ biến rộng ở miền Nam Việt Nam, tuy chỉ là một nhóm nhỏ mới thành lập nhưng nhóm nầy bị thực dân Pháp đàn áp, đồng thời Cộng sản Đệ tam dán cho nhãn hiệu "gián điệp" hay "làm tay sai cho đế quốc". Đảng Cộng sản đệ tam hoạt động trong phong trào Việt Minh và được Liên Xô yểm trợ. Năm 1939 Hồ Chí Minh ra chỉ thị phải tiêu diệt nhóm Trotsky bằng mọi giá, Trần Văn Giàu và Dương Bạch Mai đã thi hành lệnh của Hồ cho người của mình truy sát nhóm Đệ Tứ. Mặc dù bị khủng bố, đàn áp, dọa nạt, vu cáo…, những người thuộc nhóm Trotsky vẫn kiên trì tiếp tục đường đi của mình. Họ tin tưởng sự thật sẽ thắng gian trá, chủ nghĩa vô nhân đạo của Cộng sản Hồ Chí Minh sẽ bị tiêu diệt trước sự tiến hóa của nhân loại.

Năm 1939 là năm nhiều biến động tình hình thế giới nhiều xáo trộn châu Âu bất ổn các liên minh quân sự được thành lập để chuẩn bị chiến tranh. Nước Nga muốn liên minh với Pháp một hiệp ước tương trợ ký năm 1935, nước Pháp trở thành đồng minh của Liên Xô, trong khi đó nhóm "La Lutte" (Tranh Đấu) tan rã sau 3 năm hoạt động dưới danh xưng "Chiến tuyến duy nhất" cuộc đấu đá nhau giữa Đệ Tam và Đệ tứ trở nên quyết liệt hơn. Nhóm Đệ tứ chỉ trích những quan điểm của Đệ tam về việc thực hiện chủ nghĩa xã hội, chế độ độc đảng, về sự manh động trong việc khởi nghĩa Xô Viết Nghệ Tĩnh. Đặc biệt là vấn đề dân chủ đa nguyên trong phong trào lao động, chống sự sùng bái cá nhân cho Stalin là thần thánh. Đảng Cộng sản Đệ tam theo chân đảng Cộng sản Pháp cổ động nhân dân Việt Nam mua quốc trái phiếu 33 triệu đồng của thực dân Pháp. Sự việc nầy trái với đường lối đấu tranh giành độc lập nên bị dân chúng tẩy chay, nhóm Đệ tứ vạch trần sự lệ thuộc của đảng Cộng sản Việt Nam vào Liên Xô phải ủng hộ chánh phủ Pháp, bảo vệ thuộc địa của

Pháp. Chiêu bài "Phòng thủ Đông Dương" tức là giúp cho chế độ thực dân kéo dài thêm trên đất nước Việt Nam. Nhóm Đệ tứ công kích việc mua trái phiếu nhờ thái độ tích cực nên trong việc bầu cử Hội đồng Quản hạt năm đó liên danh Tạ Thu Thâu, Phan Văn Hùm Trần Văn Thạch thắng cử. Phe Đệ tam Cộng sản Nguyễn Văn Tạo hoàn toàn thất bại. Hồ Chí Minh và nhóm Đệ tam thấy nhóm Đệ tứ ngày càng phát triển thu hút nhân tâm là điều đáng lo ngại nếu không muốn nói đó là mối nguy hiểm ngay bên cạnh sườn cần phải triệt hạ.

Sau khi được phóng thích từ nhà tù Côn Đảo ông về lại miền Nam đến cuối năm 1944 Tạ Thu Thâu dự định thành lập đảng Xã hội Thợ thuyền, ông ra miền Bắc liên lạc với các đồng chí như Lương Đức Thiệp, Khương Hữu An nhằm xuất bản tờ báo "Chiến Đấu" để làm cơ quan ngôn luận cho đảng Xã hội Thợ thuyền miền Bắc. Ở miền Bắc Tạ Thu Thâu hoạt động tích cực tham gia nhiều cuộc mít tinh của các thợ mỏ tại Hải Phòng, Nam Định, Hải Dương, ông là cái gai trước mắt của những người Cộng sản đệ tam. Năm 1945 Nhật đầu hàng Đồng Minh, Việt Minh Cộng sản cướp chánh quyền. Ngày 2 tháng 9 năm 1945 tại quảng trường Ba Đình Hồ Chí Minh đọc bản Tuyên ngôn Độc lập khai sinh nước Việt Nam Dân Chủ. Tình hình xảy ra nhanh chóng không ai đoán được, những phe nhóm tranh đấu cho một nước Việt Nam độc lập đành bó tay trước thủ đoạn gian manh của nhóm Cộng sản đệ tam. Tạ Thu Thâu thấy tình hình bất khả thi nên quay về miền Nam, trên chuyến xe hỏa xuôi Nam đến Quảng Ngãi xe dừng lại nghỉ đêm, ông bị nhóm Cộng sản quá khích tại đây bắt đem đi thủ tiêu. Cuộc đời một nhà ái quốc vì dân vì nước ở tuổi 39 ra đi trong nỗi đau chưa hoàn tất sứ mạng, để lại bao tiếc thương, nước Việt Nam mất đi một nhân tài. Sau Tạ Thu Thâu còn những ai? Là các đồng chí Cộng sản thuộc nhóm Trotsky, là những người Việt quốc gia không theo Cộng sản, bị chụp mũ Việt gian, gián điệp, tay sai đế quốc Pháp hay Phát xít Nhật…Sau hiệp định Genève chia đội đất nước, Cộng sản miền Bắc đã xâm chiếm miền Nam Việt Nam gây chiến tranh giết trên 3 triệu người Việt, bàn tay người Cộng sản đầy máu người dân Việt. Kể từ năm 1930 chủ thuyết Cộng sản du nhập vào Việt Nam trên 70 năm qua chưa có ngày nào người Việt Nam được an hưởng thái bình hạnh phúc, sự đau khổ trải dài từ Bắc chí Nam, người dân Việt sống trong nghèo khổ, tối tâm lại thêm lệ thuộc ngoại bang mất đất mất biển, môi trường sống bị ô nhiễm nặng nề. Bao nhiêu năm dưới sự cai trị của Cộng sản gia tài của mẹ Việt Nam để lại cho con cháu là một lũ bạo tàn, hèn với giặc và ác với dân.

Sách tham khảo:
Hồ sơ Đệ tứ Quốc tế Việt Nam tập 1
NXB Tủ Sách Nghiên Cứu
  Boite Postale 246
75224 Paris Cedex 11 France

Tạ Thu Thâu (1906 – 1945)

Dân biểu
Trần Văn Văn
(1908-1966)

<u>Lời dẫn nhập</u> : Đọc những trang sử cận đại điều làm tôi thích thú khi thấy hai nhân vật nổi tiếng sinh cùng thời, cùng trang lứa chỉ cách nhau một hai tuổi, sinh quán của họ lại gần nhau. Nhưng sự ra đi cả hai lại giống nhau, chính con đường dấn thân đã lấy đi sinh mạng của họ. Một Tạ Thu Thâu nhà cách mạng người Cộng sản lại bị Cộng sản thủ tiêu năm 1945. Còn người khác, một chánh trị gia nổi tiếng, người quốc gia chân chính lại bị quốc gia quân phiệt ám sát, một cái chết mang nhiều nghi vấn vào năm 1966. Tuy cả hai người có xuất thân khác nhau, nhưng cùng du học Pháp quốc trở về Việt Nam tranh đấu độc lập tự do cho tổ quốc, để rồi họ phải giá bằng mạng sống. Xin một nén tâm hương cho những người nằm xuống vì đại nghĩa dân tộc.

Cụ Trần Văn Văn sinh ngày 2 tháng giêng năm 1908 tuổi Đinh Mùi tại làng Tân Lộc Đông (còn gọi là cù lao Cát) quận Thốt Nốt, tỉnh Long Xuyên. Con ông Tri huyện Trần Võ Duy và bà Lý thị Hoa trong gia đình có 5 anh chị em. Lúc nhỏ học tiểu học ở Mỹ Tho thi đậu trung học Lycée Chasseloup Laubat Sài Gòn. Năm 1926 tham gia bãi khóa nhân đám tang cụ Phan Châu Trinh ở Sai Gòn nên bị đuổi học khi đó mới 18 tuổi chuẩn bị thi tú tài. Cụ thân sinh gởi ông qua Pháp tiếp tục thi tú tài. Sau đó ông tốt nghiệp trường Cao đẳng Thương mại (HEC) ở Paris và đại học Oxford (Anh quốc). Hoàn tất việc học ông trở về nước năm 1936 làm việc cho hãng Alcan. Năm 1938 ông 30 tuổi cùng với kỹ sư Kha Vạn Cân lập hãng đúc thép đầu tiên ở Việt Nam lấy tên "Fonderie Cân&Văn" trên đường Petrus Ký Chợ Quán Sài Gòn. Kha Vạn Cân làm đô trưởng Sài Gòn Chợ Lớn thời chánh phủ Trần Trọng Kim. Về sau Kha Vạn Cân theo Cộng sản và tập kết ra Bắc.

Năm 1940 ông thành thành hôn với cô Bùi thị Diệm, cựu nữ sinh trường trung học Marie Curie Sài Gòn, con của ông bà Bùi Quang Sửu ở Long Xuyên. Cụ Sửu là em của cụ Bùi Quang Chiêu, người sáng lập ra đảng Lập Hiến năm 1919, cụ Chiêu và 4 người con bị Cộng sản sát hại 1945 ở Chợ Lớn. Cụ Văn và cụ bà có 3 người con đặc biệt người con út của hai ông bà đã trở thành biểu tượng đấu tranh tích cực chống bạo quyền Cộng sản vào những năm đầu của thập niên 1980. Trần Văn Bá (1945-1985) chiến sĩ phục quốc bị Cộng sản bắt và xử tử hình ngày 8 tháng 01 năm 1985 hưởng dương 40 tuổi.

Trần Văn Văn du học Pháp trở về nước làm kinh tế cưới vợ sinh con như một người bình thường, nếu ông không bước vào con đường quan lộ và làm chánh trị có lẽ không ai biết ông là ai. Tình hình nước Việt Nam vào thời đó nhiều biến động, thế chiến thứ hai đi vào giai đoạn cuối. Ngày 09 tháng 03 năm 1945 Nhật đảo chánh Pháp ở Việt Nam, ngày 11 tháng 3 tức hai hôm sau triều đình Huế tuyên bố hủy bỏ hòa ước Patenôtre 1884. Người Nhật và triều đình Huế tìm một nhân vật có uy tín. Cụ Trần Trọng Kim một nhà giáo mẫu mực có uy tín trong xã hội được mời ra thành lập nội các. Trước cụ Kim còn có cụ Phạm Quỳnh và ông Ngô Đình Diệm nhưng cả hai người nầy không nhận nhiệm vụ mà triều đình Huế giao phó. Cụ Trần Trọng Kim thành lập nội các ngày 17 tháng 4 năm 1945, có thể nói đây là một dạng chánh phủ nghị viên đầu tiên tại Việt Nam, thành phần nội các là những nhà trí thức khoa bảng gồm bác sĩ, luật sư, kỹ sư, giáo sư trong đó có bác sĩ y khoa Hồ Tá Khanh (1908-1996), năm Bộ trưởng Kinh tế. Cụ Trần Văn Văn ra Huế làm Đổng Lý Văn Phòng cho bác sĩ Khanh. Ngày 02 tháng 09 năm 1945 Việt Minh Cộng sản cướp chánh quyền chánh phủ Trần Trọng Kim giải tán, cụ Văn trở về miền Nam. Khi trao quyền cho Việt Minh Bảo Đại tuyên bố một câu để đời: " Thà làm dân một nước độc lập còn hơn làm vua một nước nô lệ". Nhưng Bảo Đại bỏ qua Hồng Kông, sau đó đi Âu Châu sống, ông không thể làm dân một nước độc lập kiểu Hồ Chí Minh.

Ngày 23 tháng 9 năm 1945 quân đội Pháp theo chân người Anh vào miền Nam dùng vũ lực giải tán Ủy Ban Hành Chánh Lâm Thời Nam Bộ, người Pháp lấy lại chánh quyền. Pháp thành lập xứ Nam kỳ tự trị, người miền Nam thực hiện chiến tranh du kích chống lại người Pháp. Tại miền Bắc hai mươi vạn quân của Tưởng Giới Thạch tràn qua biên giới giải giới quân đội Nhật. Người Pháp muốn tiến quân ra Bắc phải điều đình với Trung Hoa. Tưởng Giới Thạch lợi dụng thế đồng minh buộc Pháp phải trả lại những tô giới của Pháp trên đất Trung Hoa và các quyền lợi kinh tế của Pháp nắm giữ phải trả lại cho người Trung Hoa đồng thời người Trung Hoa cũng có một số quyền lợi ở miền Bắc như cảng Hải Phòng… Tưởng Giới Thạch sẽ đồng ý cho quân đội Pháp thay thế quân đội Trung Hoa giải giới quân Nhật ở miền Bắc. Mặt khác Pháp điều đình với Hồ Chí Minh ký hiệp ước sơ bộ ngày 6 tháng 3 năm 1946 Hồ Chí Minh đồng ý cho Pháp đổ bộ ở Bắc Việt. Hiệp ước sơ bộ nầy bị nhiều người chống đối, hiệp ước giúp Việt Minh Cộng sản tiêu diệt các thành phần quốc gia. Cụ Trần Văn Văn trở lại Sài Gòn vào tháng 7 năm 1946 lúc bấy giờ Pháp đã vào Sài Gòn, cụ âm thầm hoạt động chống lại sự trở lại của người Pháp, cụ liên kết với những nhà trí thức yêu nước tạo một thế đối lập đòi hỏi tự do và độc lập. Người Pháp trở lại cai trị Việt Nam nhưng không ổn định được tình thế người dân ba miền nổi lên chống người Pháp quyết liệt hơn đòi hỏi một nước Việt Nam độc lập, toàn vẹn lãnh thổ không thể một nước có 3 Kỳ.

Người Pháp nghĩ Bảo Đại vẫn là người có thể làm tấm bình phong cho họ tiếp tục cai trị Việt Nam, tháng 5 năm 1949 quốc hội Pháp đồng ý cho Nam Kỳ trở lại với miền Bắc và miền Trung. Bảo Đại đứng ra thành lập một chánh phủ mới để thương thuyết về việc chuyển giao các cơ sở hành chánh và chuyên môn còn do người Pháp nắm giữ. Chánh phủ nầy do chính tay Bảo Đại điều hành. Ông Nguyễn Phan Long giữ chức vụ Ngoại trưởng kiêm Bộ Nội vụ, cụ Trần Văn Văn làm Tổng Trưởng Kinh Tế và Kế Hoạch, cụ Trần Văn Tuyên từ Hà Nội giữ chức Bộ Trưởng Thông Tin và Tuyên Truyền. Nhưng một thời gian sau cụ Văn và cụ Phan Khắc Sửu Bộ trưởng Canh Nông xin từ chức để phản đối chánh sách thực dân trá hình. Bởi vì Người Pháp không thực sự trao trả độc lập cho Việt Nam.

Tháng 6 năm 1954 ông Ngô Đình Diệm được Mỹ ủng hộ làm thủ tướng cho Bảo Đại, để chứng tỏ thực quyền dưới sự hỗ trợ của Mỹ ông dẹp Bình Xuyên, các giáo phái và các đảng phái có lực lượng vũ trang với thành tích chống Cộng sản. Ông truất phế Bảo Đại, biến miền Nam Việt Nam trở thành nước Việt Nam Cộng Hòa với hiến pháp mới, đối đầu lại miền Bắc. Việt Nam Cộng Hòa không công nhận hiệp định đình chiến Genève chia đôi lãnh thổ từ sông Bến Hải. Những năm đầu của Việt Nam Cộng Hòa trên bề mặt người dân thấy thái bình thịnh vượng nhờ vào viện trợ của Mỹ, nhưng ở nông thôn Cộng sản nằm vùng âm thầm tổ chức lại các cơ sở hạ tầng trong khi đó chánh quyền Sài Gòn không biết hay biết mà làm ngơ. Cộng sản dùng chiêu bài thống nhất đất nước theo hiệp định Genève sau 2 năm phải tổ chức bầu cử để tuyên truyền và lôi kéo những phần tử bất mãn chế độ Ngô Đình Diệm. Mặt khác miền Bắc âm thầm gởi người và vũ khí xâm nhập miền Nam nhất là những người tập kết ra Bắc nay trở lại miền Nam hoạt động, danh từ Việt Cộng được nhiều người biết đến. Đạo luật 10/59 đặt Việt Cộng ngoài vòng pháp luật, tin nóng nhất vào đầu năm 1960 Việt Cộng đánh chiếm đồn Trảng Sụp thuộc tỉnh Tây Ninh cướp hết võ khí, Việt Cộng bắt đầu quấy phá khắp nơi đến cuối năm 1960 Việt Cộng thành lập Mặt Trận Giải Phóng Miền Nam có chánh phủ và quân đội chống lại chánh quyền Sài Gòn.

Cụ Trần Văn Văn và nhóm Caravelle

Những nhà trí thức yêu nước và những người làm chánh trị sống ở miền Nam ý thức mối nguy trước tình hình của đất nước, những dấu hiệu độc tài, gia đình trị của Ngô Đình Diệm làm mất lòng dân. Bộ máy công an chìm nổi, đảng Cần Lao Nhân Vị và các cơ quan ngoại vi kiểm soát đời sống dân chúng khắp nơi, trong bối cảnh kềm kẹp không ai dám lên tiếng. Cụ Trần Văn Văn chỉ là một kỹ nghệ gia liên lạc với những người bạn thân tín như bác sĩ Nguyễn Lưu Viên, ông Trần Văn Hương, ông Phan Khắc Sửu soạn thảo một bản tuyên ngôn đệ trình cho chánh phủ xin được cải tổ để chống lại họa Cộng sản một cách hữu hiệu hơn. Bản tuyên ngôn được soạn thảo xong để có đủ uy tín đối trọng với chánh phủ, cụ Văn lãnh nhiệm vụ tìm người có thiện chí, hội đủ tiêu chuẩn đại diện ba miền đất nước. Mười tám nhân vật tiêu biểu cho mọi xu hướng chánh trị ký vào bản tuyên ngôn được gọi là nhóm Tự Do Tiến Bộ đó là các ông :

Trần Văn Văn, Phan Khắc Sửu, Trần Văn Hương, Nguyễn Lưu Viên, Huỳnh Kim Hữu, Phan Huy Quát, Trần Văn Lý, Nguyễn Tiến Hỷ, Trần Văn Đỗ, Lê Ngọc Chấn, Lê Quang Luật, Lương Trọng Tường, Nguyễn Tăng Nguyên, Phạm Hữu Chương, Trần Văn Tuyên, Tạ Chương Phùng, Trần Lê Chất và linh mục Hồ Văn Vui.

Sáng ngày 26 tháng 4 năm 1960 hai ông Trần Văn Văn và Phan Khắc Sửu âu phục chỉnh tề đến cổng dinh Độc Lập nhờ nhân viên phòng vệ chuyển bản tuyên ngôn cho Tổng thống Ngô Đình Diệm, sau đó hai ông đi thẳng ra khách sạn Caravelle họp báo. Phóng viên báo chí Âu Mỹ được mời tham dự, bản tuyên ngôn được phổ biến đến dân chúng miền Nam để đánh thức dư luận. Ông Ngô Đình Nhu mỉa mai gọi "nhóm Caravelle" là nhóm chánh trị salon, chánh quyền làm ngơ không quan tâm, nhưng dân chúng bắt đầu quan tâm, giới quân nhân có những suy nghĩ tích cực. Bản tuyên ngôn có nội dung gì làm dư luận quan tâm? Trong bản tuyên ngôn đó có những đề mục được nêu ra như : Chánh trị, Hành Chánh, Quân sự, Kinh tế Xã hội. Đây là một bản điều trần trình bày thực tế những tệ trạng tiêu cực gây nguy hại cho đất nước. Rất tiếc nhà lãnh đạo đương thời với bản tánh kiêu căng không chịu thức tỉnh để sửa đổi làm mất đi cơ hội tốt để đấu tranh với miền Bắc.

Về Chánh trị nhóm Tự Do Tiến Bộ đề nghị: Mở rộng tự do dân chủ, tôn trọng dân quyền, công nhận đối lập để nhân dân lên tiếng như thế để người dân miền Nam thấy rõ mình có tự do dân chủ hơn miền Bắc. Về Hành Chánh: Bộ máy hành chánh gần như tê liệt, đình trệ nguyên nhân bổ nhiệm người không đúng việc, thiếu khả năng, nạn quan liêu bè phái hoành hành lạm quyền và tham nhũng. Cần phải chánh chỉnh và sửa đổi ngay. Về mặt Quân sự: quan điểm của nhóm Tự Do Tiến Bộ cho quân đội là cột trụ của tổ quốc nhiệm vụ chống xâm lăng, bảo vệ tổ quốc dẹp trừ phiến loạn. Trong quân đội nên loại trừ tư tưởng bè phái gia tộc, lấy thành tích chiến đấu, tinh thần phụng sự, lòng dũng cảm làm tiêu chuẩn tiến thân. Về mặt Kinh Tế và Xã Hội nhóm nhận định Miền Nam là vùng đất trù phú lại được Hoa Kỳ viện trợ các đồng minh giúp đỡ thế mà người dân chịu cảnh nghèo đói kinh tế lụn bại. Chánh phủ phải thực thi cải tổ kinh tế tránh đầu cơ, đem lại công ăn việc làm cho người dân, mở rộng đầu tư, khuếch trương kỹ nghệ.

Bản tuyên cáo của nhóm Tự Do Tiến Bộ hay nhóm Caravelle gây tiếng vang ở quốc ngoại, trong khi ở trong nước được bí mật truyền tay phổ biến, báo chí trong nước bị đánh lạc hướng để việc tuyên bố công khai ở khách sạn Caravelle hoàn tất. Ông cố vấn chỉ đạo Ngô Đình Nhu rất tức giận chờ có dịp bắt hết nhóm Caravelle. Cuối tháng 10 năm 1960 Tổng thống Ngô Đình Diệm cải tổ nội các vì có sự bất đồng nội bộ. Bốn vị bộ trưởng phải ra đi, bộ Nội vụ (Lâm Lễ Trinh), bộ Quốc phòng (Trần Trung Dung), bộ Thông tin (Trần Chánh Thành), và bộ Tư Pháp (Nguyễn Văn Sĩ). Hai tuần sau tức ngày 11 tháng 11 năm 1960 một cuộc đảo chánh quân sự xảy ra do Đại tá Nguyễn Chánh Thi, Trung tá Vương văn Đông và các ông Nguyễn Triệu Hồng,

Hoàng Cơ Thụy, Phan Quang Đán và Nguyễn Tường Tam cuộc đảo chánh thất bại để lại hậu quả 400 người chết đa số là thường dân. Ngô Đình Diệm được một nhóm quân nhân trung thành giải cứu sau đó hai ông Diệm Nhu ra tay trừng trị những quân nhân tham gia đảo chánh, đàn áp những người chỉ trích, bắt bỏ tù nhiều người bị nghi ngờ tham gia đảo chánh trong đó có một số người trong nhóm Caravelle bị câu lưu ở trại Ô Ma (Aux Mares). Mặc dù bác sĩ Nguyễn Lưu Viên nhóm Caravelle không liên hệ đến cuộc đảo chánh, tuy vậy cụ Văn cũng bị bắt giam từ ngày 12 tháng 11 năm 1960 cho đến ngày 07 tháng 4 năm 1961 được thả ra cùng với cụ Trần Văn Hương. Mặc dù cuộc đảo chánh chế độ Ngô Dình Diệm bị thất bại nhưng điều nầy cho thấy chế độ nhà Ngô không được lòng dân. Ngày 27 tháng 2 năm 1962 hai viên phi công Nguyễn Văn Cử và Phạm Phú Quốc thuộc Không quân trong Quân Lực Việt Nam Cộng Hòa oanh tạc và bỏ bom dinh Độc Lập nhằm ám sát Tổng thống Ngô Đình Diệm và gia đình của ông, nhưng ông và anh em ông thoát chết. Phi công Nguyễn Văn Cử bay thoát sang Campuchia còn phi cơ của Phạm Phú Quốc bị trúng đạn phải hạ cánh trên sông Sài Gòn. Cuối cùng cuộc đảo chánh ngày 1 tháng tháng 11 năm 1963 kết thúc chế độ độc tài gia đình trị Diệm Nhu bị giết chết.

Sau ngày 1 tháng 11 năm 1963 miền Nam xảy ra nhiều cuộc chánh biến, một thời kỳ hỗn độn, trong khả năng cá nhân nhờ vào sự giao tiếp rộng cụ Văn tận lực xây dựng một thể chế dân chủ tạo sự ổn định đời sống chánh trị ở miền Nam, cố gắng tái lập một chánh quyền dân sự trong các vai trò như:
* Chủ tịch Hội đồng Nhân sĩ từ tháng 1/ 1964 đến tháng 4/1964. Hội đồng nầy bị tướng Nguyễn Khánh giải tán sau màn "chỉnh lý". Hội đồng hoạt động chỉ 3 tháng.
* Tổng Thư Ký Thượng Hội Đồng Quốc Gia từ 23/9/1964 đến 20/12/1964 cơ quan nầy có nhiệm vụ soạn thảo hiến chương, và chỉ định Quốc trưởng trong khi chờ đợi bầu cử. Ngày 18/12/1964 Tướng Nguyễn Khánh lập Hội Đồng Quân Lực hai ngày sau ra thông báo giải tán Thượng Hội Đồng Quốc Gia bắt

giam một số nhân vật và biệt lập cụ ở Kontum gần cả tháng. Thượng Hội Đồng thọ không quá 3 tháng.

Năm 1966 nhóm tướng lãnh trẻ trong Hội Đồng Quân Lực được mệnh danh "Jeunes Turcs" lên năm chánh quyền như Trung tướng Nguyễn Văn Thiệu và Thiếu tướng Nguyễn Cao Kỳ. Trong giai đoạn nầy cụ Văn làm Chủ tịch Hội Đồng Dân Quân từ ngày 5 tháng 7 năm 1966 đến ngày 26 tháng 6 năm 1966, cũng chỉ có 3 tháng mà thôi. Sau đó cụ ứng cử và đắc cử vào chức dân biểu Quận 3 Sài Gòn trong Quốc Hội Lập Hiến vào tháng 9 năm 1966. Chủ trương một chánh quyền dân sự mạnh, chống Cộng sản dứt khoát, phi tôn giáo, dựa trên một nhà nước dân chủ thật sự, công minh, tôn trọng dân quyền và mọi tín ngưỡng. Chấm dứt nạn quân nhân và giáo hội thao túng chính trường. Trong vai trò một vị Dân biểu Quốc hội Lập hiến cụ chỉ trích Nguyễn Cao Kỳ Chủ tịch Ủy Ban Hành pháp Trung ương về các hành vi lộng quyền của cảnh sát công an do Đại tá Nguyễn Ngọc Loan chỉ huy, và nạn phân biệt Bắc Kỳ Nam kỳ trong chánh quyền nhất là việc câu lưu bác sĩ Nguyễn Tấn Lộc về việc sa thải một nhân viên y tế gốc người miền Bắc. Cụ Văn từng xác nhận với giới truyền thông Việt và ngoại quốc là cụ sẽ ra ứng cử Tổng thống vào năm 1967.

Ngày 7 tháng 12 năm 1966 vào buổi sáng trên đường đi làm khi xe ông ngừng lại trên góc đường Phan Đình Phùng và Phan Kế Bính bị hai kẻ lạ mặt trên một chiếc xe Honda bắn chết. Việc Dân biểu Trần Văn Văn bị bắn giữa ban ngày tại thủ đô Sài Gòn gây kinh hoàng trong dân chúng. Đài Phát Thanh Sài Gòn loan tin đã bắt được thủ phạm đồng thời tố cáo Việt Cộng chủ mưu. Trong khi đó Hà Nội cực lực phủ nhận mọi trách nhiệm và tuyên bố : "Mặc dù khác chánh kiến, không đồng quan điểm chánh trị với ông Trần Văn Văn nhưng chúng tôi không can dự vào việc ám sát ông Văn".

Cụ Trần Văn Văn ra đi ở tuổi 58 đã để lại một sự nghiệp đáng ghi nhớ "Một tấm lòng cho quê hương dân tộc". Chí nguyện của ông là làm công dân của một nước Việt Nam độc lập, tư do, phú cường. Trong cuộc sống ông là một người thẳng thắng và thiết thực, ông chống lại mọi sự áp bức, độc tài, độc đoán. Lý tưởng của ông là xây dựng một nhà nước dân chủ, hiện đại và công minh.

Chiến sĩ Phục Quốc Trần Văn Bá

(1945-1985)

Khi đọc tiểu sử về cuộc đời anh, tôi cảm thấy thích thú để viết về anh, có thể nói anh và tôi là những người cùng thế hệ. Anh chỉ nhỏ hơn tôi vài tháng tuổi, tôi Giáp Thân còn anh Ất Dậu, anh sinh ngày 14 tháng 5 năm 1945 tại Sa Đéc trong một gia đình vọng tộc. Ổng Nội anh là Tri Huyện Quận Thốt Nốt, tỉnh Long Xuyên, ông Ngoại là người có tiếng tăm ở Long Xuyên. Cha anh một quan chức trong chánh phủ, một kỹ nghệ gia giàu có, anh được đi học ở những trường nổi tiếng trong nước. Anh học ở Lycée Yersin Đà Lạt một trường trung học tư thục dạy theo chương trình Pháp, tuy nhiên vào thời đó trường phải theo lối giáo dục phổ thông chung của các trường công và tư thục.

Năm 21 tuổi đang học dang dở biến cố xảy ra, cha anh Dân biểu Trần Văn Văn bị ám sát ngày 7 tháng 12 năm 1966. Đầu năm 1967 anh sang Pháp học lại để thi tú tài, sau khi hoàn tất trung học anh xin vô trường Cao đẳng Thương mại HEC là trường cha anh đã tốt nghiệp khi xưa, nhưng anh thi rớt ở phần hạch miệng. Anh đổi qua học về kinh tế ở trường Đại học Assas tốt nghiệp bằng cử nhân năm 1971. Anh được tuyển dụng làm phụ tá giáo sư trường Đại học Nanterre. Ngoài việc giảng huấn, anh hoạt động hăng hái trong phong trào sinh viên Việt chống Cộng. Anh được mô tả như anh chàng thanh niên gầy yếu, ít nói, tuy vậy Anh luôn cởi mở, chân tình, vui vẻ thích giúp người. Trần Văn Bá dễ nhận diện vì trên trán có một vết son lớn, bạn bè tặng cho anh biệt danh "Bá Đầu Đỏ". Anh ăn mặc xuềnh xoàng không thích trau chuốt, không thích tán gái, sống khắc khổ trên căn gác tại Bourg-la-Rien. Anh thường la cà ở các quán cà phê tán gẫu với bạn bè sinh viên Việt.

Năm 1972 Trần Văn Bá dẫn đầu một phái đoàn sinh viên Việt Nam tại Pháp và Âu châu về Việt Nam thăm viếng và ủy lạo chiến sĩ Việt Nam Cộng Hòa để tạo sự thông cảm giữa những sinh viên du học và quân cán chính Việt Nam Cộng Hòa trong chương trình "Nối Vòng Tay Lớn". Ngay trong thời điểm đó nhiều bạn cùng trang lứa với anh trong quân đội đã là sĩ quan cấp úy Đại đội trưởng tác chiến tham dự nhiều trận đánh ác liệt với quân Cộng sản Bắc Việt nhất là trong mùa hè đỏ lửa 1972. Ngay từ lúc còn là sinh viên, anh sớm nhận định chỉ có miền Nam Việt Nam mới xây dựng một nền tự do dân chủ tiến bộ cho dân tộc. Anh tự vạch cho mình một hướng đi tự học hỏi và rèn luyện cá nhân có một khả năng và phương thức đấu tranh với các sinh viên thân Cộng. Cũng trong năm nầy Trần Văn Bá đắc cử chức vụ Chủ tịch Tổng Hội Sinh Viên Việt, anh hăng say hoạt động xây dựng cơ sở ngày càng đông sinh viên tham gia tạo dựng một lực lượng Sinh viên Quốc gia thật vững mạnh. Ba ngày trước khi Sài Gòn rơi vào tay Cộng sản Bắc Việt, Trần Văn Bá đã tổ chức một cuộc xuống đường rầm rộ để ủng hộ miền Nam. Ngày 30 tháng 4 năm 1975 nhằm ngày thứ Tư, trong cảnh hỗn loạn Trần Văn Bá bình tĩnh đi vào tòa Đại sứ Việt Nam Công Hòa gặp ông Đại sứ, ông tuyên bố tự giải nhiệm và đóng cửa tòa Đại sứ vào ngày thứ Sáu. Trái lại Trần Văn Bá tuyên bố: "Sinh viên tiếp tục đấu tranh. Hãy giúp chúng tôi". Bá và một số sinh viên đã tiêu hủy các hồ sơ trong tòa Đại sứ và cấp chứng minh thư cần thiết cho các kiều bào. Đến giờ phút cuối cùng ông Đại sứ Nguyễn Duy Quang trao cho Trần Văn Bá một tấm chi phiếu thuộc tiền của Sứ quán. Nhưng sáng ngày thứ Hai người đại diện sinh viên ra ngân hàng để lãnh tiền mới biết trương mục của Sứ quán đã đóng từ tuần trước.

Đứng trước một tình thế vô cùng khó khăn Anh không nản chí, luôn đứng đầu trong các cuộc đấu tranh chống lại bạo quyền Cộng sản đang có đại diện trên đất Pháp, mặc dù thiếu phương tiện và luôn bị hăm dọa, anh cố gắng lèo lái Tổng Hội Sinh Viên Việt. Tết năm 1976 Trần văn Bá tổ chức biểu tình đả đảo Cộng sản Hà Nội tại Salle de la Mutualié với khẩu hiệu "Ta Còn Sống Đây". Anh giương cao ngọn cờ vàng Quốc gia hát lớn bài "Hồn Tử Sĩ" trước hàng ngàn khán giả đều ứa lệ. Anh kêu gọi mọi người hãy tiếp tục đấu tranh cho một nước Việt Nam tự do, dân chủ chống lại chế độ độc tài Cộng sản. Năm 1977 khi Phạm Văn Đồng thủ tướng Việt Cộng đến Paris, Bá và các bạn xuống đường biểu tình chống Đồng và Cộng sản, cuộc bạo động xảy ra giữa Bá và nhóm Việt kiều Cộng sản đông hơn. Kết quả cuộc triển lãm và hội thảo bị hủy bỏ vì lý do an ninh. Trong thời gian đó Tổng Hội Sinh Viên lo đón tiếp và giúp đỡ các thuyền nhân đầu tiên đến Pháp, tuy không có nhiều tiền nhưng với lòng nhiệt tình của Bá đã chinh phục những thuyền nhân, Anh làm việc hăng say dành tất cả thời gian cho công việc cứu trợ, anh cắt mọi liên lạc với gia đình (mẹ và anh, chị). Anh được xem là linh hồn lớp trẻ tị nạn, sau năm 1975 lớp sinh viên trẻ Việt Nam cảm thấy bơ vơ côi cút, không tổ quốc mất phương hướng chính Bá đã hướng dẫn họ.

Cuối năm 1979 Trần Văn Bá không thấy xuất hiện ở Paris có tin Bá bí mật về Thái Lan hay Campuchia, ngày 6 tháng 6 năm 1980 Bá quyết định rời kinh thành Paris trở về chiến đấu cho quê hương. Giữa anh và kỹ sư Trần Văn Tòng người anh trong gia đình, khi nghe Tòng hỏi : "Đây là lúc phải chống cự như vậy hay không? Chú phải lội qua đại dương!" Bá trả lời: "Đó là con đường ít bị kẹt". Một bức thư Trần Văn Bá từ Thái Lan gởi về cho bạn bè Bá viết:

"Tôi vẫn mạnh khỏe. Rất khó, khó thật. Nhưng tôi thấy tôi vui với chính tôi, tôi gắn liền với đất nước tôi, một đất nước nghèo, khốn khổ, đói rách. Tương lai Việt Nam tùy thuộc vào thành phần khốn khổ đó, không phải là nơi dành cho các chánh trị gia lưu vong"

Trong một bức thư khác Bá than:

"Điều kinh khủng nhất là sự cô đơn. Tìm đâu ra những giá trị căn bản, tôn giáo và trí tuệ? Đừng nói những gì chúng tôi làm là vô bổ."

Chiều ngày 11 tháng 9 năm 1984 có tin Anh bị bắt cùng với cựu phi công Mai Văn Hạnh tại tỉnh Minh Hải (Cà Mau) trên chiếc xe của Bí thư tỉnh ủy Minh Hải. Nhiều câu hỏi được nêu ra nhóm Trần Văn Bá bị phản gián và bị gài bẫy? Theo tin của Cộng sản đưa lên các trang mạng được trích đoạn như sau:

"Kế hoạch CM-12 là tên của một chiến dịch phản gián của lực lượng Công an Nhân dân Việt Nam. Chiến dịch này kéo dài từ năm 1981 đến năm 1988 chống lại tổ chức Mặt trận thống nhất các lực lượng yêu nước giải phóng Việt Nam do Lê Quốc Túy và Mai Văn Hạnh đứng đầu. Tổ chức này chuyển "gián điệp", biệt kích, vũ khí và tiền giả vào Việt Nam với mục đích phá hoại an ninh quốc gia và lật đổ chính quyền Việt Nam.

Kế hoạch CM-12 (hai chữ cái CM lấy hai chữ cái đầu của Cà Mau, còn 12 là ngày xuất phát của Mặt trận thống nhất các lực lượng yêu nước giải phóng Việt Nam - 12 tháng 5 năm 1981) còn là tên của phần cốt lõi nhất trong chiến dịch, đó là kế hoạch đón lõng và bắt giữ tổ chức này cùng khối lượng lớn vũ khí và tiền giả của tổ chức trên thâm nhập Việt Nam từ vùng bờ biển tỉnh Cà Mau trong các năm 1981-1984. Công an Việt Nam giả làm lực lượng biệt kích đã thâm nhập để liên lạc với Lê Quốc Túy và Mai Văn Hạnh nhằm tiếp tục phát hiện lực lượng cũng như vũ khí và tiền của tổ chức này, đồng thời ngăn chặn các kế hoạch phá hoại an ninh quốc gia mà tổ chức này định thực hiện.

Cho đến tháng cuối năm 1983, Lực lượng An ninh thực hiện kế hoạch CM-12 đã buộc đối phương xâm nhập theo kế hoạch của Ban chuyên án, với 15 chuyến bằng đường biển với 30 lượt tàu vào vùng biển Cà Mau, bắt toàn bộ 126 "gián điệp", biệt kích từ nước ngoài về, thu 132.278 kg vũ khí, 299.750.000 đồng tiền giả...[1] *Lực lượng chống đối chính phủ đã bị buộc phải bộc lộ 10 tổ chức và một số đầu mối trong nội địa.*

Ngày 9 tháng 9 năm 1984, hai con tàu thâm nhập cuối cùng đổ bộ vào Việt Nam đã bị bắt giữ cùng Mai Văn Hạnh và Trần Văn Bá. Lê Quốc Túy do bị bệnh nặng nên đã không đi cùng chuyến này. Kế hoạch CM-12 kết thúc.

Ngày 14 đến 18 tháng 12 năm 1984, tại Thành phố Hồ Chí Minh, Tòa án Nhân dân Tối cao đã mở phiên tòa xét xử và tuyên phạt tử hình 5 người, tù chung thân 3 người, tù từ 8 đến 20 năm 13 người.

Trong ba năm tiếp theo, giai đoạn tiếp nối của CM-12 - kế hoạch ĐN-10 được thực hiện, phối hợp với lực lượng an ninh Campuchia, buộc Lê Quốc Túy đưa hết quân đã huấn luyện ở Thái Lan về Việt Nam qua Campuchia. Gần cuối năm 1987, các toán xâm nhập cuối cùng qua Campuchia về Kiên Giang đã bị bắt.

Ngày 30 tháng 1 năm 1988, đại diện của Lê Quốc Túy tại Pháp gửi cho các toán của ĐN-10 bức điện báo tin Lê Quốc Túy đã chết ngày 25 tháng 1 năm 1988. Ngày 4 tháng 3 năm 1988, bức điện cuối cùng được gửi về cho các toán ở trong nước với thông báo giải tán toàn bộ tổ chức Mặt trận thống nhất các lực lượng yêu nước giải phóng Việt Nam".

Tin tức từ trong nước đưa ra cho biết Trần Văn Bá và Mai Văn Hạnh là những người thuộc thành phần lãnh đạo Mặt Trận Thống Nhất các Lực Lượng Yêu Nước Giải Phóng Việt Nam đã bị bắt, cùng một số kháng chiến quân của Mặt Trận xâm nhập Việt Nam từ nhiều đợt từ năm 1981 cho đến năm 1984. Lần nầy tổng cộng 21 người trong số đó có 5 người đứng đầu tổ chức là các ông: Mai Văn Hạnh, Trần Văn Bá, Lê Quốc Quân, Huỳnh Vĩnh Sanh, Hồ Thái Bạch.

Nhiều cuộc biểu tình khắp nơi ở ngoại quốc để phản đối bạo quyền Cộng sản Hà Nội, nhiều nhân vật chánh trị và tôn giáo trên thế giới can thiệp. Mười bốn hội đoàn thanh niên ở Châu Âu xuống đường tố cáo Hà Nội. Kỹ sư Trần Văn Tòng anh của Bá phối hợp với Ủy Ban Quốc tế tranh đấu cho tội nhân, cùng các lễ cầu an được tổ chức khắp nơi. Dưới áp lực quốc tế, nhà cầm quyền Hà Nội phải thay đổi bản án, hai can phạm là Mai Văn Hạnh và Huỳnh Vĩnh Sanh có quốc tịch Pháp thành khổ sai chung thân, riêng Trần Văn Bá (thông hành Pháp), Lê Quốc Quân (em Lê Quốc Túy) và Hồ Thái Bạch y án tử hình và bị hành quyết tại khám đường Thủ Đức ngày 8 tháng 1 năm 1985. Xác của tử tội không được trả lại cho gia đình. Ông Mai Văn Hạnh được cho ra tù sau 10 năm nhằm ngày 2 tháng 9 năm 2005 và ông trở về Pháp. Người tù Trương Văn Sương sinh năm 1943 cựu Trung Úy QLVNCH sau năm 1975 đi tù cải tạo, vượt biên sang Thái Lan gia nhập Mặt trận Lê Quốc Túy trở lại xâm nhập Việt Nam hoạt động chống chánh quyền bị bắt năm 1983 tại Minh Hải, bị kết án tù chung thân về tội gián điệp, ông được thả từ nhà tù Ba Sao Nam Hà năm 2013 tổng cộng 33 năm nếu kể luôn 6 năm tù cải tạo.

Diễn tiến vụ án (Trích từ bài viết của Việt Dương Nhân ngày 2 tháng 1 năm 2014 Paris)

Ngày 14/12/1984, Hai Mươi Mốt Kháng Chiến Quân thuộc Mặt Trận Thống Nhất các Lực Lượng Yêu Nước Giải Phóng Việt Nam đã bị "Toà Án Nhân Dân Tối Cao" của chế độ cộng sản Hà Nội đem ra xử.

Phiên toà xảy ra tại Nhà Hát lớn Sài Gòn tức toà nhà Hạ Viện cũ của thời Việt Nam Cộng Hoà, một phần của cơ sở còn được biến thành khu vực triển lãm các "chiến lợi phẩm" tịch thu được từ các kháng chiến quân. Nhà cầm quyền còn cho phóng thanh diễn tiến vụ án tại công trường Lam Sơn và hàng ngàn người đã chen chúc nhau ngồi theo dõi.

Trong bản Cáo trạng đọc trước toà, công tố viên Trần Tế cho biết ngay từ đầu tháng 1/81, cơ quan an ninh cộng sản đã phát hiện một "tổ chức gián điệp" xâm nhập vào Việt Nam. Theo bản buộc tội, ông Lê Quốc Túy là chủ tịch của tổ chức, ông Mai Văn

Hạnh là chủ tịch quốc ngoại, các ông Huỳnh Vĩnh Sanh và Hồ Tấn Khoa làm đồng chủ tịch quốc nội. Ông Trần Văn Bá được cử là tham mưu và ông Lê Quốc Quân phụ trách lực lượng vũ trang trong nước. Mặt khác, Trung quốc thì bị tố là đã tài trợ mạnh mẽ các hoạt động của "tổ chức gián điệp" và các lực lượng tình báo của Thái Lan và Hoa Kỳ cũng bị cho là đã hợp tác chặt chẽ vào "âm mưu phá hoại". Tết 1983, lực lượng an ninh cộng sản đã bắt được Hồ Tấn Khoa, Võ Văn Nhơn, Nguyễn Ngọc Hoà thuộc tổ chức "Hoà Giải Quốc Tế" gần với Cao Đài giáo. Những người bị bắt bị nghi là thông đồng với các ông Túy Hạnh để "cướp chính quyền" ở một số tỉnh miền tây. Con trai ông Khoa là Hồ Thái Bạch sau đó thay thế cha trong chức vụ đồng chủ tịch.

Công tố viên cộng sản cho biết có 10 toán gián điệp đã được tung vào trong nước tính từ đầu năm 1981 đến tháng 9 năm 1984. Toán thứ nhất về bằng đường bộ từ tỉnh Trat ở Thái Lan qua Cam Bốt, khi đến Châu Đốc thì bị bắt. Toán này có nhiệm vụ liên lạc với lực lượng của Hoà Hảo để chiếm đóng vùng Bảy Núi. Toán thứ 10 về bằng đường biển hồi đầu tháng 09/1984 gồm 21 người trong đó có Mai Văn Hạnh, Trần Văn Bá. Toán này bị bắt ngay khi mới đổ bộ vào bờ biển. Tổng cộng, có tất cả 119 người đã bị bắt giam hoặc giết chết.Thiếu tá CA Nguyễn Tấn Dũng là người chỉ huy vây bắt vụ án này. Sau đó được phong làm đại tá Công An. Hiện nay là phó thủ tướng thường trực bạo quyền CSVN.

Ông Lê Quốc Túy đáng lẽ cũng đi cùng toán thứ 10 nhưng vì phải vào nhà thương ở Pháp để mổ gấp nên đã thoát nạn. Ngày 27/12/1984, ông tổ chức họp báo tại Paris với tư cách là uỷ viên đối ngoại của Mặt Trận Thống Nhất các Lực Lượng Yêu Nước Giải Phóng Việt Nam. Theo nguyệt san Nhân Bản số tháng 01/01/1985 phát hành tại Paris, ông Túy xác nhận một số chiến sĩ của Mặt Trận đã bị bắt từ 1980. Một trận đánh lớn đã xảy ra tại Hà Tiên gây thiệt hại cho khoảng 120 cán binh Việt cộng.

Không ai giúp Mặt Trận cho đến nay, việc Việt cộng cho rằng có Trung Hoa, Thái Lan hay Hoa Kỳ giúp là để phỉ báng cuộc cách mạng. Súng đạn do chính cán bộ cộng sản cung cấp hoặc bán lại. Trong số 21 người bị xử có 2 cựu cán bộ cộng sản. Mặt Trận không có căn cứ ở ngoại quốc, hoạt động ở Nam và Trung phần và tổ chức đí kháng tiêu cực, không tổ chức đánh lớn. Điểm duy nhất đúng trong bản Cáo trạng của cộng sản là Mặt Trận dự định tổ chức một vụ lớn và mạnh trong năm 1985. Vũ khí dùng để bảo vệ dân chúng, chất nổ nhằm tổ chức phá hoại tại Sài Gòn.

Ngay từ phiên xử đầu tiên, nhà cầm quyền cộng sản đã cho thấy các bản án đã được sắp xếp sẵn. Sự hiện diện của các luật sư quốc doanh bên cạnh các bị cáo chỉ là một sắc thái cố hữu của các phiên toà trong các chế độ cộng sản trên khắp thế giới. Làm sao có thể tin tưởng các luật sư do chế độ chỉ định khi ngay từ đầu những người này đã chấp nhận lời cáo buộc các thân chủ của họ "phản bội lại tổ quốc", "chống phá cách mạng" và cuộc biện hộ của họ chỉ xoay quanh việc xin nhà nước khoan hồng ! Trong các phiên xử, mỗi lần một bị cáo có toan tính đi ra ngoài những lời tự thú đã bị áp đặt trước là lập tức bị đàn áp.

Ông Huỳnh Vĩnh Sanh vừa hô "Việt Nam Cộng Hoà muôn năm" liền bị một cán bộ cộng sản đưa tay bịt miệng, một cán bộ khác chạy tới còng tay lại ! Ông Hồ Thái Bạch bị công an dùng dùi cui đánh đập vì ông lên tiếng phản đối các bản án của toà án cộng sản.
Sau 4 ngày diễn ra vụ án bịp bợm, các bản án đã được tuyên đọc trong suốt 2 giờ đồng hồ :
Tử hình : Mai Văn Hạnh, Trần Văn Bá, Lê Quốc Quân, Huỳnh Vĩnh Sanh, Hồ Thái Bạch.
Chung thân : Trần Nguyên Hùng, Tô Văn Hường, Hoàng Đình Mỹ...
Từ 8 đến 20 năm tù : số 13 kháng chiến quân còn lại.
Danh sách 21 kháng chiến quân bị nạn :

1 - Mai Văn Hạnh 	*11- Nguyễn Bình*
2 - Trần Văn Bá 	*12- Nguyễn Văn Hậu*
3 - Lê Quốc Quân 	*13-Nhan Văn Lộc*
4 - Huỳnh Vĩnh Sanh 	*14-Lý Vinh*
5 - Hồ Thái Bạch 	*15-Trần Ngọc Ẩn*
6 - Trần Nguyên Hùng 	*16- Cai Văn Hùng*
7 - Tô Văn Hường 	*17- Đăng Bá Lộc*
8 - Hoàng Đình Mỹ 	*18- Thái Văn Dư*
9 - Thạch Sanh 	*19- Trần Văn Phương*
10 - Nguyễn Văn Trạch 	*20- Nguyễn Phi Long*
21 Nguyễn Văn Cầm.

Việc Trần Văn Bá và các kháng chiến quân thuộc Mặt Trận Thống Nhất các Lực Lượng Yêu Nước Giải Phóng Việt Nam bị Cộng sản Việt Nam đem ra xét xử đã gây tiếng vang lớn. Một buổi lễ được tổ chức tại Đại sứ quán Hungary ở thủ đô Washington. Thân nhân ông Trần Văn Bá được thông báo và mời đến nhận huy chương Tự Do Truman-Reagan (Truman-Reagan Medal of Freedom Award) huy chương nầy dành cho những người đã từng nêu tấm gương kiên cường chống lại chủ nghĩa Cộng sản vào chiều ngày 15 tháng 11 năm 2007. Kỹ sư Trần Văn Tòng anh của Trần Văn Bá đã nhận huy chương.

Kỹ sư Phan Tấn Hưng cựu Chỉ Huy Trưởng Liên Đoàn Người Nhái Hải Quân QLVNCH trong một bài viết "Nhớ Trần Văn Bá" như sau:

"Tôi hoàn toàn bất ngờ, nhưng đầy cảm phục....Anh Bá chỉ là một sinh viên, một nhà giáo, chỉ quen cầm viết, chưa bao giờ cầm súng, không có một chút kinh nghiệm về tác chiến. Nhưng đã chịu dấn thân, dám vào chiến khu, mật khu cầm súng chiến đấu như một người lính thật sự, mặc dù anh chưa bao giờ được huấn luyện quân sự để trở thành người lính...
Tuy anh không thành công trong việc dẹp tan bạo quyền Cộng sản, nhưng nhân dân Việt Nam vẫn xem anh như một vị anh

hùng dân tộc...Anh đã nêu tấm gương tốt và gieo hạt giống quí cho thế hệ trẻ Việt Nam. Sự can đảm, dấn thân, hy sinh và lòng yêu nước chân chính, bất vụ lợi của anh khiến cho cả bạn lẫn thù đều kính phục... Trường hợp Trần Văn Bá Không Thể Lấy Thắng Bại Để Luận Anh Hùng..."

Đúng như những gì Kỹ sư Phan Tấn Hưng đã viết không thể lấy việc thành bại luận anh hùng. Phải xem người đó đã làm gì cho dân tộc và đất nước, Trần Văn Bá ví như tấm gương sáng ngời, ngọn đuốc soi đường cho những người đi sau, sẽ có nhiều Trần Văn Bá kế tiếp. Một chế độ độc tài toàn trị không tôn nhân quyền, lấy lừa dối làm chủ đạo, hèn với giặc ác với dân không thể tồn tại trong trào lưu tiến bộ của nhân loại.

Thi Sĩ Việt Châu, Nguyễn Xuân Thiếp (1917-1945)

<u>Lời mở đầu:</u> Bài viết nầy nhằm tưởng niệm một danh sĩ tài hoa đã hy sinh vì đại nghĩa dân tộc. Truyện viết căn cứ theo quyển "Thi sĩ Việt Châu, Nguyễn Xuân Thiếp Thánh Tử Đạo PGHH của tủ sách PGHH ấn hành do các anh Nguyễn Văn Hiệp và Thái Văn Qườn biên soạn trong bài viết dưới đây vì tánh cách sử liệu nên nhiều đoạn được copy toàn bộ nguyên văn. Xin chân thành cám ơn hai anh, đặc biệt anh Nguyễn Xuân Trai đã cung cấp những tài liệu quí giá về thân phụ của anh.

Thi sĩ Việt Châu tên thật là Nguyễn Xuân Thiếp, sinh ngày mùng 7 tháng 3 năm Đinh Ty (1917) tại làng Tân Thạnh, tỉnh Long Xuyên, thời Đệ nhị Cộng hòa là tỉnh Kiến Phong, nay là xã Tân Thạnh, huyện Thanh Bình, tỉnh Đồng Tháp. Ông sinh trong một gia đình Nho giáo, thân phụ là ông Nguyễn Hoàng Khôn, thân mẫu là bà Phan Thị Nhàn. Thân sinh của ông quê quán ở tỉnh Sơn Tây, Bắc Việt, bút hiệu là Phương Sơn, là thành viên trong phong trào Đông Kinh Nghĩa Thục do cụ Lương Văn Can sáng lập vào năm 1907. Ông có người anh thứ hai tên

Nguyễn Xuân Tăng, tức Ngô Văn Hai và nhà văn Nguyễn Hiến Lê là em con người chú của ông.

Lúc năm tuổi ông đã đọc rành quốc ngữ, bảy tuổi đã thuộc lòng nhiều văn thơ. Nhờ tính thông minh, dạn dĩ, có lần lúc lên chín tuổi, ông đã đọc diễn văn trước nhiều nhân vật tai mắt trong làng, trong một buổi phát phần thưởng cho học sinh tại đình làng. Một lần khác tại châu thành quận Chợ-Mới, tỉnh An Giang, nhân ngày lễ 14/7 của Pháp, ông Chủ quận đặt cuộc thi văn chương cho tất cả những người có chữ nghĩa trong quận đến dự. Trong vùng có Cai Tổng Huyện hàm Nguyễn Hòa Hóng là người có tiền, có quyền lại thêm có tài làm thơ và tướng thì rất tốt. Gặp ông huyện nơi dinh ông quận, ông Việt Châu đã làm một bài cú để tặng: "... Áo rộng khăn đen hình Cát Lượng/ Râu dài, mặt đỏ, tướng Vân Trường...". Được ông Cai Tổng khen và biết tài mình kể ra là một điều vinh hạnh. Nguyễn Xuân Thiếp có trí nhớ khá tốt khi đọc một quyển sách nào hay cũng như đi dự lễ, ông tường thuật lại từ đầu đến cuối không sót một chi tiết nào. Ngoài sự học ở nhà trường, ông còn được người cha là cụ Phương Sơn uyên bác Nho học, tinh thông y dược dạy cho Hán văn và truyền cho nghề Y sĩ Đông y, ông đã xem mạch, cho toa hốt thuốc miễn phí cho nhiều bà con trong vùng.

Chương I

Nguyễn Xuân Thiếp làm thơ

Nếu nhìn nhân dáng bên ngoài cũng như cách sống của Nguyễn Xuân Thiếp không ai nghĩ Nguyễn Xuân Thiếp là một nhà thơ có bút hiệu Việt Châu, với tính tình dạn dĩ, thông minh, lại có trí nhớ dai. Trông qua Nguyễn Xuân Thiếp giống như anh chàng công tử với nước da trắng, mắt sáng, môi hồng, miệng rộng, tóc dầy, mặt vuông vuông tiếng nói dõng dạc thích chơi thể thao, bơi lội nhất là đánh ping pong rất giỏi lại biết võ thuật. Ngay từ lúc nhỏ đang học ở bậc tiểu học lúc 7 tuổi Nguyễn Xuân Thiếp đã thuộc lòng nhiều bài thơ và tập làm thơ. Năm lên 10, ông đã làm thơ với thể loại bốn câu ba vần, những bài thi tứ cú hay tứ tuyệt, lúc đầu viết ra giấy mực về sau xuất khẩu thành thi đúng niêm luật.

Vốn có tâm hồn thi sĩ, nhiều mộng mơ ông bước vào làng thơ khi còn rất trẻ. Năm 16 tuổi ông đã có thơ đăng trong phụ trương Văn chương của tờ Lục Tỉnh Tân Văn, địa chỉ đường Lucien Mossard của ông huyện hàm Nguyễn Chánh Sắt làm Chủ bút, ông lấy biệt hiệu Việt Châu từ lúc ấy. Ông còn sáng lập ra "Văn đàn Đốc Vàng thượng" (địa danh của làng ông) để khuyến khích các bạn trẻ trau giồi văn nghệ. Ông bắt đầu xướng họa với các tao nhân mặc khách gần xa, viết bài phê bình, bút chiến. Trong phụ trương của tờ Lục Tỉnh Tân Văn, ông đã đăng thơ, truyện ngắn, phê bình, nghị luận. Ông làm đủ lối thơ cũ, thơ mới, có vài bài làm theo thể thơ Pháp. Lúc này ông viết bài thêm cho vài tạp chí ở Sài Gòn, nhiều nhất là trong tuần báo Mai do ông Đào Trinh Nhất đã từng đi Pháp học nghề báo làm Chủ bút. Ngoài ra ông còn trợ bút cho các báo, tạp chí Đông Dương, Gió Mùa, chủ trương trường phái thơ riêng trên báo Mai, chủ bút tờ văn chương Dân Báo, thi sĩ Việt Châu đã đào tạo thêm được mấy ngòi bút trẻ có danh khác nữa. Ông bắt đầu nổi tiếng trong giới văn thi sĩ miền Nam. Thi sĩ Việt Châu làm thơ rất dễ dàng, nhưng không phải vì vậy mà ông không chú trọng đến việc gọt giũa. Có tài xuất khẩu thành thi nhưng ông vẫn là một trong những thi nhân rất kỹ lưỡng trong sự lựa chữ, chọn vần.

Ngoài những thơ đã đăng ở các báo, ông còn có những thi tập như:

Xuân xanh (1933-1935),

Tình thơ (1938-1942),

Lông ngỗng gieo tình (1942) có tái bản,

Hải đường hoa rụng (1943-1944) chưa xuất bản.

Trong tập Xuân Xanh còn có ba truyện ngắn bằng thơ nữa. Theo lời của thi sĩ Tân Phương có nhiều câu thơ hay đáng chú ý như trong các bài "Chơi Núi Sam", "Biết Đời", "Tranh Chiều", "Lả Lơi", "Thi Sĩ"…. Tập thơ Xuân Xanh ông viết từ tuổi 15 đến 17, điều nầy cho thấy ông là một nhà thơ trẻ và có tài đồng thời với những nhà thơ hiện tại như Nguyễn Bính, Xuân Diệu…

Năm 1938, ông đã 22 tuổi qua sự tình cờ gặp gỡ, ông từ làng Tân Thạnh xuống Cao Lãnh để đi dự một cuộc triển lãm, bà Hà Kim Diêu khi đó mới 19 tuổi ngồi trong một gian hàng trưng bày những đặc sản của địa phương, ông đã gặp được bà và sau khi tìm hiểu nhau, ông nhờ mai mối và kết hôn với bà. Hà Kim Diêu sinh năm Canh Thân (1920), con một Hương chức ở Hòa An (Cao Lãnh), đồng thời cũng là chị của Họa sĩ Hà Cẩm Tâm. Có một giai thoại đáng để ý trong mối lương duyên của ông và bà, do bà kể lại như sau: Vừa đám cưới xong, ông Việt Châu đã sáng tác bài thơ "Gởi bạn đường dài" nguyên văn như sau:

Từ thuở trần gian tiếng khóc đầu,
Ngàn trùng xa cách, biết gì nhau;
Thời gian nhẹ lướt trong vô vị,
Trăng chớm vườn xuân hoa nở mau…

Và một ngày kia lớn, cảm yêu,
Mơ trong gió sáng mộng mây chiều.
Tấm chồng xứng đáng cho nhan sắc,
Chẳng uổng son tô nét mỹ miều!

Vinh dự gì đâu một khách thơ,
Như ta, em hỡi? Bước tình cờ!
Chiều xưa mai mối trong hai họ,
Đưa dẫn ta về giới thiệu qua.

Ta vẫn chưa từng quen biết nhau,
Hai ta, ai đắp mộng chung đầu?
Vì đâu em đã vui chào đón,
Giao vẹn lòng trinh, chẳng chọn, cầu?

Hồn thơ đầy đọa, kiếp trần ai,
Tủi nhục bao phen đứng giữa trời.
Kiều diễm như em trời đất ghét,
Xui nên duyên trái bạn đường dài?

Một sớm đài gương tưởng phận bèo,
Muôn đời ta cảm tạ tình yêu.
Thương em: kiều diễm, ngây thơ lắm!
Tân khổ, - vì ta - sẽ trải nhiều…

(Nuit du 4 Mai 1939- Rằm tháng 3 năm Kỷ Mão)

Đọc thơ rồi bà không vui, bà nói: Sao mới đám cưới mà anh viết câu: "Xui nên duyên trái bạn đường dài" còn hai câu cuối nữa: Ông khen bà đẹp và ngây thơ, nhưng bà sẽ phải khổ nhiều vì ông. Bà có đề nghị sửa lại câu cuối là: *"Tân khổ - vì ta – trải ít nhiều"* nghĩa là bà sẽ chỉ khổ về ông ít ít thôi, nhưng ông đã không sửa lại và đúng như lời ông tiên tri: bà chỉ sống với ông chưa đầy 7 năm. Để rồi bà đã phải xa ông mãi mãi lúc mới vừa 26 tuổi... Cưới vợ xong vì nhu cầu mưu sinh Nguyễn Xuân Thiếp phải lo việc gia đình, vốn con nhà nông ông lo phát triển ruộng vườn sinh lợi hơn làm thơ. Ông giao tiếp với giới nông dân nhiều hơn các văn thi hữu.

Tuy nhiên cái máu văn nghệ vẫn luân chuyển trong người của Nguyễn Xuân Thiếp, lúc bấy giờ, giáo sư Bùi Thế Mỹ làm Chủ nhiệm nhựt báo Dân Báo, mỗi tuần lễ đều xuất bản phụ trương văn chương, ông Việt Châu được giao phó quyền Chủ bút phụ trương Văn chương đó và mở một mục đặc biệt "Trường văn trận bút" vừa để phổ thông tin tức văn chương vừa để phê bình một cách ngắn gọn giống như mục A Paris et Arlleurs trên báo "Les Nouvelles Litteaires" của Pháp. Thỉnh thoảng ông còn cho đăng những bài thơ rất mới về lời cũng như về ý. Được diễm phúc là bên cạnh có người vợ hiền đảm đang, có học, lo hết công việc trong gia đình nên ông có điều kiện dễ dàng giao tiếp với giới trí thức và văn nghệ ở Sài Gòn, do đó kiến văn của ông càng thêm rộng mở.

Năm 1940 ông và bà sinh con trai đầu lòng, đặt tên là Nguyễn Xuân Trai, ông bớt lo công việc về báo chí để lo việc kinh doanh. Đã nổi danh là thi sĩ tài hoa, ông nghĩ đến sự sáng tạo lớn lao và bền vững cho xứng đáng với tấm lòng hâm mộ và yêu chuộng của phần đông độc giả. Năm 1942, tập thơ "Lông Ngỗng Gieo Tình", là một tập tiểu thuyết lịch sử bằng thơ, kể lại cuộc tình duyên của Trọng Thủy - My Châu được xuất bản với lời đề tặng của tác giả cho nhà thơ Trần Huyền Trân và lời tựa của nhà xuất bản Kim Chi:

"...Trợ bút các báo Đông Dương, Gió Mùa, chủ trương trường thơ riêng báo Mai, chủ bút tờ văn chương Dân Báo, thi sĩ Việt Châu còn đã đào tạo ra được mấy ngòi bút trẻ có danh khác nữa...Bằng ấy việc qua khiến chúng tôi rất lạc quan khi đem quyển sách nầy ra cống hiến độc giả quốc dân. Nơi đây, chúng tôi lại rất hân hạnh dẫn những dòng châu ngọc của các nhà danh sĩ: Đào Trinh Nhất, Lê Tràng Kiều...khi phẩm đề thi ca, đã nói đến thơ Việt Châu bằng cả một niềm ý khen tặng nồng nàn..."

Thi phẩm này đã làm sôi nổi văn giới từ Bắc chí Nam. Để xác định giá trị thi tài của Việt Châu ta hãy nghe nhà phê bình nổi tiếng Vũ Ngọc Phan tác giả quyển Nhà văn hiện đại phê phán: *"Lối kể chuyện bằng thơ là một lối rất khó, xưa nay cũng chỉ mới có tập "Kim Vân Kiều" là quán tuyệt cổ kim vậy mà ông Việt Châu đã viết tập Lông Ngỗng Gieo Tình được như thế, nhất là lại dùng lối song thất lục bát là lối thơ lâu nay hình như các thi sĩ quên không dùng đến."* (Vũ Ngọc Phan - Hà Nội - 14/11/1942).

Ngoài ra còn có các lời nhận xét nữa như sau: *"Người lục tỉnh đầu tiên có thể chiếm một địa vị ngang hàng với mấy thi sĩ tài danh bực nhứt của chúng ta hiện thời là ông Việt Châu"* (Huy Thông - 1942). Còn với tuần báo Mai: *"Ông Việt Châu, một tay nổi tiếng trong làng thơ mới...mạnh bạo xướng lên một cuộc cách mạng thi ca. Chủ yếu ông muốn biệt lập một trường thơ riêng..."* (Đào Trinh Nhất - báo Mai). Nhất là lời tán dương của nhà văn Lê Tràng Kiều: *"Cô phàm viễn ảnh bích không tận,/Duy kiến trường giang thiên tuế lưu."* Theo lời ông nói: *"...Đều có một thi vị lạ lùng. Cái thi vị ấy chỉ ở phương Đông mới có mà chỉ có người ở phương Đông mới tế nhận được. Nó man mác đượm buồn và êm dịu như những cành tơ liễu ở bờ một con sông. Nhưng ta vẫn chưa được hài lòng. Tuy thích Đường thi thực, nhưng những vần thơ quý báu kia giống như những viên ngọc quý, còn lẫn đá xấu bọc ngoài; ta còn phải hiểu cái đẹp qua một lần chữ Hán. Như thế đã giảm cái hay đi mất vài phần rồi. Cho nên bạn tôi - anh Việt Châu, một thi sĩ mà cái tên không lạ gì với làng thơ (nhứt là ở Nam Kỳ) - thường ước ao sẽ thấy có một thi sĩ Việt Nam nào vẫn giữ được tính cách Á Đông của mình mà vẫn sản xuất được những bài thơ mới cả về âm điệu, cả về tư tưởng..."* (Lê Tràng Kiều - báo Nghệ thuật Việt Nam).

Nhựt báo Thần Chung xuất bản ở Sài Gòn, ngày 9/12/1950, trong bài hồi ký thứ 36 của ông Vương Liên nói về cụ Nguyễn Tử Thức, có đoạn như sau: *"Tiếc thay vì biến cố dồn dập, các tác phẩm của Nguyễn Quân cũng như thơ, tuồng, truyện ngắn của mấy nhà văn tiền bối: Trần Phong Sắt, Việt Châu, Nguyễn Văn Sổi (Bồng Dinh), Nguyễn Hảo Vĩnh.v.v...bị thất lạc hết".*

Nhận xét về con người Thi sĩ Việt Châu, nhà văn Trần Tuấn Kiệt trong tác phẩm Thi ca Việt Nam hiện đại viết: *"Ông không phải chỉ là một người có tài làm thơ mau mắn từ năm 10 tuổi và một người đã trở nên thi sĩ lúc ngoài hai mươi tuổi. Cái diện mạo nghiêm trang, cái giọng nói rang rảng oai vệ, thông minh thấy rõ trên vầng trán và trong đôi mắt, đã báo trước một đời gan dạ phi thường, đeo đuổi cách mạng và chống lại giặc Pháp thời đó..."*

Năm sau vừa chuẩn bị cho tái bản tập thơ trên, ông lại viết thêm một tiểu thuyết bằng thơ khác nữa, lần nầy không phải song thất lục bát mà thượng lục hạ bát nhan đề là: "Hải đường hoa rụng", một trường thi kể lại chuyện Đường Minh Hoàng với

Dương Quí Phi thời xưa bên Trung Quốc. Thi tập nầy mặc dù hiền thê của ông là Hà Kim Diêu luôn giữ kỹ bên mình, xem là một di sản kỷ niệm vô giá của người bạn đường, nhưng cũng đã bị thất lạc vào năm 1947 trong khi chạy giặc Pháp.

So sánh giữa hai thi phẩm "Hải Đường hoa rụng" và "Lông ngỗng gieo tình", thi sĩ Tân Phương nhận xét: *"Hải Đường hoa rụng dài bằng ba Lông ngỗng gieo tình. Còn nói về phẩm thì Lông ngỗng gieo tình hay có năm mà Hải Đường hoa rụng hay đến mười. Thơ ta mà đến như thơ của ông Việt Châu trong tập Hải Đường hoa rụng thật đã là tuyệt diệu rồi".*

Năm 1944, tại Sài Gòn Bà Việt Châu sinh một đứa con trai thứ hai, ông gom góp và sửa lại các bài thơ có giọng hùng tráng mà ông đã làm từ trước đến năm đó kết tập thành một thi tập đề là "Tráng Sĩ Ca". Cũng trong năm này, cuộc đời ông bước ngoặc sang một hướng mới: qua sự giới thiệu của người anh ruột là thi sĩ Tân Phương Nguyễn Xuân Tăng (còn có tên là Ngô Văn Hai, Tổng Thư Ký Việt Nam Dân chủ Xã hội Đảng liên tỉnh miền Tây Nam Bộ thời gian 1946-1947) ông được diện kiến Đức Huỳnh Giáo Chủ; và do một nhân duyên đặc biệt ông cùng Đức Huỳnh Giáo Chủ sát cánh bên nhau, được Ngài phái đi dự nhiều hội nghị quan trọng với tư cách là Phó Hội Trưởng Trung ương Phật Giáo Hòa Hảo và sau cùng đã anh dũng hy sinh tại pháp trường sân vận động Cần Thơ vào lúc 15 giờ ngày mùng 2 tháng 9 âl năm Ất Dậu (1945). Tức ngày Chủ nhật 7 tháng 10 năm 1945.

Theo Nguyệt san Đuốc Từ Bi: "Trong khi Trung - Bắc vang danh những thi sĩ tài hoa ở vào "đợt sống mới" miền Nam có thể tự hào phần nào với một đóa hoa bừng hương sắc trong làng thơ: Việt Châu Nguyễn Xuân Thiếp...Trong làng thơ, không ai không công nhận rằng nói đến Thi sĩ Việt Châu là nói đến sự tươi trẻ, duyên dáng, và những thi sĩ hữu danh như Nguyễn Bính, Xuân Diệu, Huy Cận…hẳn cũng hân hoan chào đón, lấy làm vinh hạnh đặt Việt Châu ngồi chung chiếu với mình".

Đọc đến thơ của Việt Châu, hẳn không ai không cảm thấy tâm hồn mơn man tràn ngập ý sống. Như bài "Tóc tơ" thơ lục bát sau đây:

> Thơ thơ má ửng hoa đào,
> Những cô "em nhỏ" đi vào…phồn hoa…
> - Xuân non, quá lứa mười ba,
> Đắm trời hoa lệ, mắt ngà ngà say…
> Vai cong chuyển xuống lưng gầy,
> Để tà "áo tím" nhẹ lay gió chiều…
> Thuôn thuôn, gợn sóng yêu kiều:
> Một làn tơ tóc – bao nhiêu tơ tình !
> Thờ ơ bỏ chấm ngang mình…
> Kiêu căng trong nét đồng trinh não người !
>   (1939)

Duyên dáng và ý vị hơn nữa, hãy xem Việt Châu "Nhớ quê" qua lời thơ tặng Thụy An mà Việt Châu đã dùng danh từ riêng tặng là "Chân nữ sĩ". Một bức tranh quê, đẹp vô ngần mà chắc chắn không một người nào, một lứa tuổi nào là chẳng bâng khuâng tưởng nhớ cảnh trạng thắm thía ở quê mình qua các vần thơ lục bát

> Chiều nay ánh nhạt phồn hoa,
> Một vài du tử theo tà áo bay.
> Lòng quê sực tỉnh chiều nay,
> Một vài tà áo khôn khuây được lòng!
> Mơ xa…sông nước mịt mùng,
> Bờ lau, bến trúc…- mây đùn…hoàng hôn…
> Bóng chim tăm cá chập chờn,

Có hoa tim rụng, có vườn trăng soi.
Có cô gái lứa dư lời,
Đêm đêm hò khúc của người ngàn xưa.

… … … … … … … … … … … … … … ….

Làm sao kể xiết bây giờ!
Và nơi quê có ai chờ tôi không ?...(1939)

Mặc dù có tài nhưng sống ở nơi hẻo lánh, ít có bạn bè, không người tri kỷ nên đôi lúc thi sĩ cũng cảm thấy cô đơn buồn bã, với niềm cô đơn bất tuyệt ấy vào một buổi chiều năm Kỷ Mão (1939), ông đã làm bài thơ "Hoa Ô Môi" (Một giống đại thọ, đẹp tương tự như hoa đào ở Bắc, có phần đẹp hơn nữa! - Chỉ mọc trên miền Đồng Tháp Mười. Nông dân ở đó thường đem về trồng gần mé "kinh xáng" để lấy quả ăn và bán, Ô Môi, một loài hoa đẹp, xấu số, chỉ sinh ở nơi hoang dã, không được mấy người thưởng thức). Tặng anh Nguyễn Thiện, người biết hoa.... Để ví mình với loài hoa ấy, nguyên văn lời tựa và bài thơ ấy như sau:

Bạn hãy dừng thuyền lặng ngắm xa...
In nền trời biếc một vùng hoa...
Mơ màng bạn nói như đương mộng:
Hay gác Đằng Vương - bóng lạc đà...?
Bạn tới gần đi! Bạn tỉnh chưa?
Một loài hoa lạ sống tiêu sơ.
Giữa vùng hoang dã trơ vơ đứng,
Bên mé kinh nông nước đục lờ!
Xuân đã về đây hoa nở rồi!
Màu phơn phớt đỏ, nụ như môi.
Của nhiều trinh nữ - son chưa thắm,
Trong bóng ngày xanh, mỉm mỉm cười...
Lá đã tàn rơi tự lúc nào:
Toàn thân hoa phủ - đẹp làm sao!
Dục người cô lữ Thăng Long nhớ,
Vườn cũ, xuân quê, rộn ánh đào...

Có những loài hoa đẹp tuyệt vời,
Âm thầm cam số phận ô môi.
Cũng như những sắc, tài không kẻ,
Thương hiểu - đành ôm hận mãn đời.
(9/1939)

Tâm tình của Việt Châu, có lẽ bao giờ cũng thích lui về xa xôi, mơ hồ, tưởng tượng. Thi sĩ có lần định không làm thơ. Bởi vì, theo ông, thơ chỉ là gây sầu thảm cho muôn đời mà chắc gì đã lột tâm tình của thi nhân cho đời thấu rõ. Nhưng rồi nghĩ lại, ai đi nỡ ép nguồn cảm hứng cho dẫu hiện tại không người tri kỷ, nhưng tương lai khi nắm xương tàn của thi nhân vùi sâu trong lòng đất, thì biết đâu...có những người sẽ đọc lên những vần tri kỷ, rồi cảm thông, rồi nức nở...rưng rưng dòng lệ dưới đôi mắt thơ ngây! Đây là bài "Thơ cổ", tác giả gửi hương hồn J. Leiba, cũng sáng tác năm 1939.

Đã nhiều lúc tính toan không viết nữa,
Chép làm chi sầu cảm của muôn đời;
Mà giấy trắng mực đen đâu chắc đủ,
Được nhiệm mầu chụp ảnh tâm tình ai!

Nhưng lại nghĩ : người ta khi cảm xúc,
Lệ tuôn dài nức nở bao lời thương!
Sao nỡ cấm tình thơ khi rạo rực,
Bật nên vần, nên điệu, nên…du dương?

Dù hiện tại không một hồn tri kỷ,
Hiểu cho mình – trao lại chút lời duyên!
- Thì vẫn thế có bao giờ thi sĩ,
Được người đời âu yếm khi còn quen!

An ủi ta: - Sau nầy, khi ta đã,
Gửi xương mình xuống bao lớp rêu xanh.
Khi xương lạnh đã âm thầm tan rã,

> … Có một người tươi đẹp tựa trong tranh,
> Mà đêm ấy nhiều trăng và lắm gió...
> Sẽ vô tình lần giở mấy vần đây.
> (Mấy vần đây khi ấy là "thơ cổ"),
> Đọc rồi buồn…ướt đẫm mắt thơ…ngây…!

Vì vậy, ngoài những áng thơ văn được đăng trên nhiều tạp chí trong nước, thi sĩ Việt Châu còn xuất bản một tập trường thi "Lông ngỗng gieo tình" qua thể thơ song thất lục bát, kể lại mối tình của Công chúa Mỵ Châu và Trọng Thủy, cùng vẽ lại những nét vàng son hào hùng của An Dương Vương xây Loa Thành giữ nước. Ông để lại cho đời nhiều tập thơ viết tay chưa xuất bản, cùng tác phẩm danh tiếng "Hải Đường Hoa Rụng" (đã bị thất lạc vào năm 1947, chưa xuất bản). Thi sĩ Việt Châu có rất nhiều bạn thơ, người ông quí nhất có lẽ là Trần Huyền Trân, mặc dù hai người ở hai nơi xa cách. Tháng 7 năm 1942, khi nghe tin bạn bị bệnh, ông đã làm một bài thơ gởi thăm nhan đề: "Gửi anh Trần Huyền Trân".

> Mây lấp thành xa, gió giục sầu,
> Trời mênh mông đó, nhạn bay đâu!
> Xoang hồ nghe dội tương tư nặng,
> - Viện sách chiều này sóng rượu xao.
> Một mảnh tài tình muôn thủa lụy!
> Hồng nhan, thi sĩ hận chung đôi;
> Đời chen xa mã, thơ chan lệ,
> Tình tím can tràng, nghĩa bạc vôi.
> Kéo hết tơ tằm cho mãn kiếp,
> Cành dâu rồi xế bóng quang âm.
> Kịp về địa huyệt tìm thiên cổ,
> Mà Phủ mà Do chuyện thế nhân.
> Bách bệnh, anh ơi, dễ chữa mà!
> Nan y xót bạn "độc hành ca",
> Chén đời đắng lắm nhưng vô hiệu,

- Ai đấng Kỳ, Hiên, bậc Thước, Đà.
Thần giao vạn dặm nhớ thương nhau:
Chăm lấy thư anh, gối lấy sầu;
Có lẽ đêm nay - say khướt rượu!
Thăng Long kỳ ngộ mộng về mau.
    Juillet 42 (khi nghe tin bạn ốm)

Còn đối với thi sĩ Nguyễn Bính, mối giao tình giữa hai người rất thân nhau không còn khoảng cách, có thể tuổi của hai người không cách biệt nhau Việt Châu sinh năm 1917, Nguyễn Bính 1918, mỗi lần Nguyễn Bính lang bạt về miền Tây ghé thăm Việt Châu, thì ông thường ở chơi với Việt Châu có khi 10 ngày, có khi nửa tháng. Có một lần tại bến Chợ Lớn chiều ngày 21 tháng chạp năm Quí Mùi (1943), nhà thơ Nguyễn Bính đã tiễn Việt Châu một bài thơ tựa đề: "Đưa Người Hợp Phố".

Mỗi lần tương biệt mỗi lần đau,
Không nhớ nhau thì ai nhớ nhau.
Chiều xuống, gió lên, nào tiếng địch?
- Bớ giòng sông lạnh chảy về đâu?
Sóng đụng đầu sông, sóng gặp sông,
Tầu đi theo nước, nước theo giòng;
Anh về anh gặp quê anh đó,
Tôi gặp ai đây giữa bụi hồng.
Chén biệt, nghìn xưa đánh lạt mùi,
Thôi đành trơ mắt ngó nhau thôi!
(Ủ lâu tâm sự thì men bốc...
Lặng ngắt mà say, lọ chuốc mời!)
Bể rộng trời cao ngầm sóng gió,
Đất liền mà biết được nông sâu.
Nghìn sau, cũng chép làm thi thoại:
"Thuở trước có 2 người tiễn nhau...
Và - Nguyễn Bính ngày xưa tiễn Việt Châu".

Sau đó, Việt Châu có sửa lại 4 câu cuối và đã được Nguyễn Bính đồng ý:

Biển rộng sông dài ngầm sóng gió,
Bình ngoan chỉ biết được nông sâu!
Thương ôi! Rồi liệt vào thi sử,
Như những bài thơ tiễn biệt nhau!

Đồng thời, khi chép và sửa lại bài thơ trên, ông có làm 2 câu cảm đề:

"Khô khan thay mấy giòng thi sử,
Nguyễn Bính ngày xưa tiễn Việt Châu".

Đúng là tình cảm giữa Nguyễn Bính và Việt Châu thì không còn khoảng cách nào cả và có thể nói bài thơ trên là do hai người hợp soạn.

Nguyễn Bính
1918 - 1966

Nguyễn Bính sinh ngày 13-2-1918, tức mồng ba Tết năm Mậu Ngọ với tên thật là Nguyễn Trọng Bính tại xóm Trạm, thôn Thiện Vịnh, xã Đồng Đội (nay là xã Cộng Hòa), huyện Vụ Bản, tỉnh Nam Định. Cha Nguyễn Bính tên là Nguyễn Đạo Bình, làm nghề dạy học, còn mẹ ông là bà Bùi Thị Miện, con gái một gia đình khá giả. Ông bà sinh được ba người con trai là **Nguyễn Mạnh Phác** (Trúc Đường), **Nguyễn Ngọc Thụ** và Nguyễn Bính. Bà Miện bị rắn độc cắn rồi mất năm 1918, lúc đó bà mới 24 tuổi. Để lại cho ông Bình ba đứa con thơ, khi đó Nguyễn Mạnh Phác mới sáu tuổi, Nguyễn Ngọc Thụ ba tuổi và Nguyễn Bính mới sinh được ba tháng. Đúng như câu thơ ông viết:

Còn tôi sống sót là may

Mẹ hiền mất sớm trời đày làm thơ

Bà cả Giần là chị ruột của mẹ Nguyễn Bính, nhà bà lại giàu có, nên bà cùng ông **Bùi Trình Khiêm** là cậu ruột của Nguyễn Bính và là cha của nhà văn **Bùi Hạnh Cẩn**, đón ba anh em Nguyễn Bính về nuôi cho ăn học. Nguyễn Bính làm thơ từ thuở bé, được cậu Khiêm khen hay năm 13 tuổi Nguyễn Bính được giải nhất trong cuộc thi hát trống quân đầu xuân ở hội làng. Ba tập thơ của Nguyễn Bính được nổi tiếng là: Lỡ Bước Sang Ngang, Hương Cố Nhân, Một Ngàn Cửa Sổ. Cô Hái Hoa và hơn hai ngàn bài thơ còn lưu truyền cho tới nay. Tuy nhiên cuộc đời của ông không hanh thông, ông đi từ Bắc vô Nam, trong Nam ông giao tiếp nhiều văn thi sĩ miền Nam ai cũng quí mến ông. Ông tham gia kháng chiến chống Pháp, ông trở về miền Bắc lên chiến khu, nhưng sau năm 1954 ông không được trọng dụng. Tánh tình cương trực không thích bè phái nịnh bợ cấp trên thiếu tài đức, ông nói nhóm trung ương đảng là rác rến và củi mục. Chánh quyền Cộng sản nghi ông có chân trong nhóm Nhân Văn Giai Phẩm. Ông sống cuộc đời nghèo khổ cho đến chết năm 1966 thọ 48 tuổi.

Chương II Nguyễn Xuân Thiếp Thánh Tử Đạo

Năm 1944 thi sĩ Việt Châu với một vợ hai con còn thơ dại, đứa con trai lớn 4 tuổi đứa bé trai sau chưa giáp thôi nôi, ông được người anh Nguyễn Xuân Tăng giới thiệu ông với Đức Huỳnh Giáo Chủ vị Giáo Chủ Đạo Phật Giáo Hòa Hảo chỉ mới 25 tuổi, nếu so về tuổi tác vị Giáo Chủ nầy còn kém hơn ông 2 tuổi. Nhưng khi ông tiếp xúc với một vị lãnh đạo tinh thần của một tôn giáo đang phát triển có một khối tín đồ lên đến triệu người, ông tâm phục khẩu phục xin theo Đạo, được Đức Thầy tin dùng coi như một trợ thủ của Ngài. Thi sĩ Việt Châu trước khi gặp vị Giáo Chủ Phật Giáo Hòa Hảo chắc chắn ông đã xem qua những bài thi, giảng của ông Tư Hòa Hảo, bởi vì ông Nguyên Xuân Tăng anh ruột của ông là người chép Kinh Giảng của Đức Thầy, ông thấy rõ tư tưởng của một bậc siêu phàm xuất chúng, nên không ngần ngại xa lìa vợ đẹp con thơ để dấn thân trên con đường giải phóng dân tộc.

Năm 1945 với những biến cố chánh trị xảy ra liên tục, nhất là đầu năm Ất Dậu với Huấn Lệnh của Đức Thầy ban ra tại Sài Gòn ngày 2 tháng 2 năm Ất Dậu và Lời Kêu Gọi Đồng Bào Việt Nam với nội dung: người yêu nước nên làm và kẻ yêu nước chẳng nên làm ký tên Hòa Hảo tại Sài Gòn cũng vào tháng 2 năm Ất Dậu. Đức Thầy nhân danh Việt Nam Độc Lập Vận Động Hội. Việt Nam Ái Quốc Đảng. Theo lời kêu gọi của Đức Thầy Nguyễn Xuân Thiếp đã dấn thân vào sự nghiệp đấu tranh giành độc lập cho quê hương dân tộc. Nạn đói làm chết cả triệu người dân miền Bắc. Đức Thầy lại lên đường đi Khuyến Nông kêu gọi nhân dân miền Tây ra đồng ruộng cày cấy đem lúa gạo cứu đói miền Bắc vào khoảng tháng 4 al năm Ất Dậu. Thàng 6 al năm Ất Dậu trên đường trở lại Sài Gòn sau khi đi khuyến nông về, xe của Đức Thầy dừng lại Sa Đéc đón Nguyễn Xuân Thiếp tháp tùng về Sài Gòn. Trên xe ngoài tài xế, Đức Thầy và phái đoàn bây giờ có thêm một thi sĩ nổi tiếng đất Sài thành. Câu chuyện được ghi nhận qua bài tặng Thi sĩ Việt Châu trong quyển "Sấm Giảng Thi Văn Toàn Bộ" do Giáo Hội Phật Giáo Hòa Hảo. Ban Trị Sự Trung Ương Hải Ngoại Ấn Hành năm 2004 trang 517. Khi ngồi trong xe với Đức Thầy, thi sĩ Việt Châu có trao cho Đức Thầy tập thơ "Lông Ngỗng Gieo Tình". Đức Thầy xem qua liền ngâm hai câu thơ:

"Mị Châu ơi hỡi Mị Châu,

Mê chi thằng Chệt để sầu cho cha."

Đức Thầy gián tiếp phê bình một kiệt tác của thi sĩ Việt Châu đã được nhiều văn thi sĩ ca ngợi và được tái bản. Cái nhìn của một bậc giác ngộ nó khác người thường. Với hai câu nầy đối với Việt Nam ngày hôm nay thật quá rõ ràng về sự lệ thuộc vào Trung quốc của Việt Nam. Ngay sau đó Đức Thầy bảo Việt Châu thử làm bài thơ tả cảnh trên đường về Sài Gòn, nhưng Việt Châu suy nghĩ mãi vẫn không thể làm được câu thơ nào. Đức Thầy liền ứng khẩu đọc cho mọi người trên xe nghe:

Xe về chở theo chàng thi sĩ,
Bảo làm thi mãi nghĩ không ra.
Vậy mà giữa chốn phồn hoa,
Vang danh thi-sĩ hiệu là Việt Châu.
Quen thói viết thơ sầu thơ cảm,
Không dìu dân hắc ám qua truông.
Ngâm nga giọng quá u buồn,
Làm cho độc giả quay cuồng mê ly.
Theo dõi gót từ-bi mấy bữa,
Phàm tâm kia đã rửa hay chăng?
Đương cơn sóng dậy đất bằng,
Thi nhân đứng ngó để tăng sĩ làm.
Tăng sĩ quyết chùa, am bế cửa,
Tuốt gươm vàng lên ngựa xông pha.
Đền xong nợ nước thù nhà,
Thiền môn trở gót Phật Đà nam mô.
Chừng ấy mới tịnh vô nhứt vật,
Bụi hồng trần rứt sạch cửa không.
Chuông linh ngân tiếng đại đồng,
Ta bà thế giới sắc không một màu.

> Sài Gòn đến, trống lầu đã trở,
> Đề huề nhau cửa mở xuống xe,
> Khuyến nông chấm dứt mùa hè.

Được kề cận bên Đức Thầy và làm việc cho Đạo Nguyễn Xuân Thiếp thấy được con đường mình đang đi. Ông được Đức Thầy giao phó nhiều công việc quan trọng, ông được Đức Thầy cử ra Bắc dự Đại Hội Tân Trào tại đình Tân Trào huyện Sơn Dương, tỉnh Tuyên Quang do Tổng Bộ Việt Minh tổ chức ngày 16 tháng 8 năm 1945. Đại hội có hơn 60 đại biểu gồm Nam Trung Bắc đại diện cho các ngành các giới đồng bào, các dân tộc, các đoàn thể chánh trị, các tổ chức cứu quốc, các tôn giáo… Tại Đại hội, Trường Chinh, Tổng Bí thư Đảng Cộng sản Đông Dương đã đọc bản báo cáo, trong đó nhấn mạnh hai vấn đề lớn: Tổng khởi nghĩa và bầu Uỷ ban Dân tộc Giải phóng. Đại hội bế mạc ngay ngày hôm sau. Ủy Ban Dân Tộc Giải Phóng được bầu ra toàn bộ là những đảng viên đảng Cộng sản. Nguyễn Xuân Thiếp trên đường trở về Nam để báo cáo lại với Đức Thầy, trên đường về ông đi cùng với Hoàng Quốc Việt và Cao Hồng Lãnh, Quốc Việt là một cán bộ cao cấp của Cộng sản được cử vào để thay thế Trần Văn Giàu trong tương lai.

Tại Cần Thơ ngày 8 tháng 9 năm 1945 hai ông Huỳnh Thạnh Mậu (bào đệ Đức Huỳnh Giáo Chủ) và ông Trần Ngọc Hoành (trưởng nam của Trung tướng Trần Văn Soái) tổ chức trước tòa tỉnh qui tụ trăm ngàn tín đồ Phật Giáo Hòa Hảo phản đối chánh quyền Cộng sản độc tài, cuộc biểu tình ôn hòa đã bị giải tán bằng những tràng súng máy bắn vào đám đông làm chết cả ngàn người. Hai ông Huỳnh Thạnh Mậu và Trần Ngọc Hoành cùng các ông Lâm Thành Nguyên, Chung Bá Khánh và nhiều tín đồ Phật Giáo Hòa Hảo bị bắt giam vào khám đường Cần Thơ. Ngay sau khi nghe tin cuộc biểu tình ở Cần Thơ bị giải tán và hằng ngàn tín đồ bị giết. Đức Thầy cử Nguyễn Xuân Thiếp làm đại diện chánh thức cho Ngài đi xuống Cần Thơ để hòa giải, Nguyễn Xuân Thiếp vừa dự hội nghị Tân Trào từ Bắc mới về nay được cử đi gặp Cộng sản. Đức Thầy biết đây là một công việc rất nguy hiểm có thể nói: "mười phần chết chỉ một phần sống". Ngài hỏi ông có muốn đi hay không? Nguyễn Xuân Thiếp vui vẻ nhận lãnh sứ mạng. Đức Thầy thương ông nên cho chữ Phú chữ lót của Đức Thầy thay cho chữ Xuân, Nguyễn Xuân Thiếp bây giờ là Nguyễn Phú Xuân và cấp ủy nhiệm thơ là Phó Hội Trưởng Trung Ương Phật Giáo Hòa Hảo để đi hòa giải.

Đúng như lời Đức Thầy đã tiên đoán, cuộc hòa giải không thành, ông NGUYỄN PHÚ XUÂN (tức thi sĩ Việt Châu) đã bị Trần Văn Khéo, lúc đó (1945) làm Chủ tịch Lâm thời tỉnh Cần Thơ và Trần Văn Giàu làm Chủ tịch Lâm thời ỦY BAN HÀNH CHÁNH NAM BỘ ra lệnh bắt giam vào khám đường Cần Thơ. Tại khám đường Ông Nguyễn Xuân Thiếp đã gặp các ông Huỳnh Thạnh Mậu, Trần Ngọc Hoành, Chung Bá Khánh, Lâm Thành Nguyên.v.v…trong tù - mùa Thu năm 1945 – thi sĩ Việt Châu đã làm một bài thơ như sau:

> Hiu hắt bên tường ngọn gió Thu,
> Nằm co ủ rũ chốn lao tù.
> Mây sầu bao bọc trời nghi ngút,
> Khí hận xây thành cảnh ám u.
> Giặc Pháp hờm tay trao ách sắt,
> Dân Nam chờ kẻ vụt roi cu.
> Nằm đây chờ đợi thời gian hết.
> Chí sĩ còn ai chẳng hận thù!

Bị giam giữ chưa đầy một tháng thì ông Việt Châu đã bị Trần văn Khéo và Trần văn Giàu ra lệnh tử hình tại sân vận động Cần

Thơ vào lúc 3 giờ chiều ngày mùng 2 tháng 9 năm Ất Dậu (1945) tức Chủ nhật ngày 7 tháng 10 năm 1945 cùng với hai ông Huỳnh Thạnh Mậu và Trần Ngọc Hoành. Đức Thầy đã cho biết trước, nên trước phút TỬ VÌ ĐẠO thi sĩ Việt Châu vẫn bình thản ứng khẩu ngâm nga 4 vần thơ tuyệt mạng tại pháp trường:

> Năm trước không chết lúc chống Tây,
> Hôm nay Độc lập chết vì Thầy.
> Ngoại xâm ngoài ngõ chưa trừ đặng,
> Xáo thịt nồi da khởi đó đây.

Nay tuy thân xác của Thi sĩ Việt Châu đã vùi sâu vào lòng đất Việt nhưng: "Tên tuổi ngàn năm còn rạng rỡ, Hồn thiêng muôn thuở vẫn VI THẦN.''

"Thi sĩ Việt Châu mất đi mang theo một tấm lòng yêu nước thiết tha, văn học mất đi một kho tàng thi ca quý báu." (Lời của Nhà văn Trần Tuấn Kiệt, tác giả quyển Thi ca Việt Nam hiện đại, 1965) đã xuất bản tại Sài Gòn trước 1975.

Ông Việt Châu mất lúc mới 28 tuổi (1917-1945), để lại một người vợ trẻ 25 tuổi và hai đứa con trai, đứa lớn mới lên 5 và đứa nhỏ mới một tuổi.

Tay Trắng
Làm Nên Sự Nghiệp

Nguyễn Tấn Đời từ hai bàn tay trắng làm nên sự nghiệp giàu có vào thập niên 60 và 70 là một chuyện có thật, một nhân vật thời đại được dư luận cũng như báo chí nói đến về sự thành công của một người từ con số không vươn lên con số nghìn triệu đồng trong các ngân hàng, cùng với những cao ốc trị giá trăm triệu. Nguồn tin cho rằng ông xuất thân từ giai cấp nông dân, nhà nghèo ít học hay đi chăn bò cho ông Nguyễn Ngọc Thơ tỉnh trưởng Long Xuyên là điều không đúng. Ông sinh năm 1922 theo âm lịch ông tuổi Quí Hợi sinh ngày 16 tháng 12 giờ Ngọ, Mệnh Vô Chính Diệu tại làng Bình Hòa, Quận Châu thành tỉnh Long Xuyên. Ông nội của ông là người có ruộng vườn, từ nhỏ ông được gia đình cho ăn học đàng hoàng ở tỉnh thành, lớn lên ông thích sống tự lập không theo làm ruộng rẫy như những thanh niên trong làng. Thầy xem tướng bảo ông có tướng làm ông chủ, ông có gương mặt sáng, mắt to và tròn, tai lớn, trán cao, chân mày rậm, mũi cao và thẳng, nước da bánh mật. Nhìn thoáng thấy ông có dạng hơi lai người Ấn.

Ở tuổi thanh niên với bản tính thích phiêu lưu, mạo hiểm, ông rời làng quê đi tìm một lối sống riêng cho mình, lúc đó có nhiều người Việt Nam qua Miên làm ăn sinh sống, họ bảo sang đất Miên dễ sống và có nhiều cơ hội làm giàu, người Miên tương đối thật thà và chất phác hơn người Việt về một vài phương diện nào đó. Từ Long Xuyên ông lên xe đò (xe khách) đi Nam Vang thủ đô của Miên để tìm việc làm. Biên giới Miên Việt qua lại dễ dàng, bởi vì ba nước Việt Miên Lào thuộc liên bang Đông Dương do người Pháp cai trị. Người Việt sang Miên sống không cần biết tiếng Miên, nói được tiếng Pháp tiếng Tàu, tiếng Việt cũng có việc làm cho họ, Ông Đời nói và viết được tiếng Pháp nên ông có việc làm ngay trong công ty xuất nhập cảng của người Pháp. Nền kinh tế của Miên vào thời đó do người Pháp, người Trung Hoa và người Việt nắm hết nhất là tại thủ đô Nam Vang (Phnom Penh).

Trên đất Miên có dịp cho ông học hỏi kinh nghiệm làm giàu của người Trung Hoa và người Pháp, ông thấy làm việc văn phòng tuy nhàn hạ tấm thân nhưng không khá được, ông nhảy ra tập làm ăn buôn bán chỉ có làm thương mại mới có cơ hội trở nên giàu có. Không vốn liếng ông khởi nghiệp làm nghề môi giới và buôn bán trao đổi tiền Pháp, chính công việc nầy đã đem lại cho ông nhiều lợi nhuận, có tiền ông sắm xe hơi và ăn chơi như một công tử. Tuy nhiên công việc làm ăn của ông gặp thất bại vì thời cuộc ông bị lỗ nặng mất hết tiền bạc phải bán xe bán cả quần áo, ông trở lại bàn tay trắng như lúc mới qua Miên, ông lang thang trở về vùng biên giới Miên Việt sống nhờ vào những buổi Chợ Trời biên giới. Biên giới Việt Miên có chiều dài hàng trăm km, với 12 cửa khẩu qua lại chính, ngoài ra còn có những vùng không thông lộ xe, người dân qua lại bằng cách băng qua đồng ruộng hay xuyên rừng cây. Hai cửa khẩu có chợ phiên cho thương buôn là Chợ Trời Gò Dầu Hạ (Tây Ninh) và Chợ Trời Thường Phước Hồng Ngự tỉnh Đồng Tháp (Kiến Phong), chợ Thường Phước thuận tiện cho 2 mặt trên bộ và dưới sông. Ngoài ra còn Chợ Trời Tinh Biên tỉnh Châu Đốc khá nhộn nhịp, thương buôn Việt hay du khách muốn đi Chợ Trời biên giới phải qua chợ Châu Đốc rồi vào chợ Tịnh Biên bằng quốc lộ số 2 đến bờ kinh Vĩnh Tế rẽ tay trái vài chục thước đến bến đò tại đây có trạm kiểm soát trình giấy tờ qua đò đi theo con lộ độ 2 km đến biên giới Việt Miên tại đây có cổng chắn ngang đường có trạm gác. Qua khỏi cổng là đất Miên, đi một đoạn độ 600 thước có một đồn Miên tiếp tục đi thêm 1 km đến thị trấn Tam Lập tiếng Miên là Tonléap thuộc phần lãnh thổ Miên.

Chợ Trời biên giới đúng như tên gọi: Chợ nhóm họp ngoài Trời không hàng quán phố xá nên gọi Chợ Trời, địa điểm ở cạnh biên giới 2 quốc gia. Chợ Trời biên giới là một nơi phức tạp do hoàn cảnh địa lý và những người sinh sống chung quanh, một nơi qui tụ nhiều khách giang hồ tứ xứ. Ông Đời chọn nơi đây sống tạm một thời gian để chờ cơ hội bung ra, hơn nữa ở đây đi về quê cũng thuận tiện đường xe, lên xe đò đi chừng 3 tiếng là tới nhà lộ trình không quá 100 km nhưng xe chạy chậm và thường rước khách dọc đường. Chợ Trời Tịnh Biên nằm ngay cổng biên giới, kề bên quốc lộ, chợ nhóm họp trên gò đất cao trống trải các thương buôn từ hai chợ Tịnh Biên và Tam Lập đi bằng xe lôi hay xe gắn máy, cứ tờ mờ sáng hai đoàn người từ hai phía đến trao đổi hàng hóa với nhau. Hàng ở Chợ Trời Tịnh

Biên, được người Việt hoan nghênh như đường Thốt Lốt, đường Thái Lan, khô cá biển hồ, vải sồ, thuốc lá và nhiều thứ Việt Nam không nhập cảng nhưng bên Miên có, người Miên mua lại sản phẩm của ta, ở đây người ta có thể buôn những mặt hàng quốc cấm như súng đạn và ma túy. Một mặt hàng người Miên không làm là hàng sống như trâu, bò và heo. Ông Đời mua trâu bò trên đất Miên và đưa qua bán cho lái buôn Việt, loại trâu bò nầy không biết cày chỉ để làm thịt. Đồng ruộng bên Miên bạt ngàn thêm rừng núi dầy đặc một địa thế thuận lợi cho việc chăn nuôi, trâu bò bên Miên con nào cũng no tròn mập ú. Ở Việt đến mùa nước nổi phải làm chuồng cao hơn mặt nước mỗi ngày phải cắt cỏ cho trâu bò ăn, nên nhiều nhà nông khi đến mùa nước họ lùa trâu bò qua đất Miên và nhờ dân bản xứ nuôi hộ vài ba tháng, việc nầy phải trả tiền công nhưng tính ra còn lợi hơn cất chuồng để nuôi trâu bò. Khi nước rút, người dân qua Miên lùa bò về, người nào có tiền mang theo qua Miên mua bò đem về bán lại có lời. Một công hai chuyện, bò Miên không có giấy Chứng Thư Nguyên Xứ như trâu bò Việt Nam, muốn mang trâu bò từ Miên về Việt Nam phải đến Quận đường xin giấy Chứng Thư, việc xin giấy tờ dễ dàng chỉ cần đóng tiền cho Quận là xong khi trâu bò được lùa qua biên giới, người kiểm ty súc vật đóng một dấu sắt nung đỏ vào mông bò mà không cần hỏi nó xuất xứ nơi đâu. Ở Việt Nam mỗi con vật có một cái thẻ nhận dạng ghi màu lông, số tuổi, bao nhiêu xoáy trên mình và được đặt tên.

Vùng biên giới Miên Việt tuy phức tạp nhưng biết cách cũng kiếm được tiền, tiền ở đây đôi khi phải trả giá bằng máu, nó không đơn thuần như mặt ngoài người ta thấy. Sáng sớm thương buôn từ chợ Tịnh Biên qua đò kinh Vĩnh Tế lên xe kéo đến Chợ Trời biên giới trao đổi hàng hóa đến trưa tan chợ họ trở về, bạn hàng đã chờ sẵn bên bờ kinh để mua đem đi bán các cho các chợ khác đó là các loại hàng thông dụng giá tiền lên xuống không nhất định có lúc kiếm được lời, đôi khi phải bán lỗ để lấy tiền vốn. Nhưng đối với những mặt hàng quốc cấm thuốc tây, thuốc hút, á phiện…, con buôn phải tìm đường tránh lính tuần cả hai phía, những mặt hàng nầy vốn một lời đôi ba, những tay chuyển hàng là người Miên họ biết chỗ nào đi được: đi ngang về tắt, họ thường thay đổi lộ trình không đi mãi một lối mòn sợ bị phục kích. Phía Việt Nam nếu bắt được chỉ tịch thu và bắt giam người, nhưng phía người Miên, họ tịch thu hàng và giết người, đôi khi họ vượt biên cướp của bắt cóc người Việt đòi chuộc tiền.

Nguyễn Tấn Đời sống ở vùng biên giới Miên Việt thấy việc mua bán trâu bò từ Miên sang Việt Nam sinh lợi nhiều, những đàn bò năm bảy chục con lùa qua biên giới giống như những đàn bò ở Texas trong các phim Cao bồi. Lúc đầu ông thu mua bên Miên rồi bán lại cho các lái buôn người Việt hay người Việt gốc Hoa, thời gian sau ông suy nghĩ tại sao mình không mua từ bên Miên rồi chở chúng lên Sài Gòn bán thẳng cho các lò làm thịt, như vậy tiền lời nhiều gấp đôi gấp ba lần. Ông Đời tìm vài người Miên huấn luyện cách mua bò trên Miên làm thế công việc cho ông. Phần ông rút về Châu Đốc liên lạc với chánh quyền xin giấy Chứng Thư cho những đàn bò của ông, công việc làm ăn của ông đang khá lên. Đầu năm 1953 tỉnh Châu Đốc cho mở chợ phiên trâu bò tại chân núi Sam mỗi tháng 3 lần vào các ngày 10, 20, 30 từ chợ phiên nầy nhiều tay lái buôn đến mua trâu bò dễ dàng sinh ra cạnh tranh nâng giá cao thấp mua nhiều hay ít, Nguyễn Tấn Đời như con thoi từ Châu Đốc đi Sài Gòn rồi quay về có đôi khi ông phải kẹt lại Sài Gòn đôi hôm để chờ nhận tiền. Sài Gòn thật sự là Hòn Ngọc Viễn Đông muốn gì cũng có. Sau Hiệp định Genève chia đôi đất nước Sài Gòn trở thành thủ đô của Miền Nam Việt Nam và bắt đầu trở mình, việc buôn bán làm ăn ở Sài Gòn trở nên nhộn nhịp, nhưng các ngành nghề thương mại đều do người Hoa nắm có thể nói kinh tế miền Nam do các tay Xì Thầu kiểm soát, giá cả hàng hóa lên xuống đều do họ quyết định. Chánh phủ Ngô Đình Diệm phải ra sắc lệnh cấm người Hoa hành 11 nghề để hạn chế họ đầu cơ.

Nguyễn Tấn Đời thấy đất Sài Gòn là nơi có cơ hội làm giàu, ông bỏ hẳn nghề làm lái bò, gom vốn lại chuẩn bị làm ăn ở Sài Gòn. Trong khi chưa có gì chắc chắn ông Đời làm môi giới trong các công trình xây dựng và các loại hàng vải, người dân Sài Gòn bắt đầu tu sửa nhà cửa, một số nhà mới xây không lót gạch tàu, một loại gạch 2 tấc vuông màu đỏ trông không đẹp. Người ta dùng loại gạch bông loại gạch tân thời có hoa văn màu trên bề mặt lại nhỏ hơn gạch tàu, lót sàn nhà trông rất đẹp và bền lại trơn láng, nếu được lau chùi thường xuyên nó trở nên bóng lọng. Ông Đời quyết định mở hãng sản xuất làm gạch bông, xưởng làm gạch của ông đặt tại số 321 bến Bình Đông Chợ Lớn. Trước khi mở hãng ông bỏ thời gian tìm hiểu nghề làm gạch, từ kỹ thuật cho đến công việc sản xuất. Lúc ở trên Miên ông đã thấy người Hoa làm xưởng gạch bông nguyên liệu làm gạch duy nhất là xi măng và bột màu, máy ép gạch bằng sức ép hơi nước. Gạch bông có xuất xứ từ nước Pháp vào năm 1920 gạch bông trở thành món hàng thông dụng trong việc lót sàn nhà vì tính chất bền và đẹp. Ngay tại Sài Gòn và Chợ Lớn đã có mấy hãng làm gạch, ông lập xưởng gạch lấy tên "Đời Tân" Đời có thể tên ông và cũng có thể hiểu là Kiểu mẫu Tân thời rõ ràng là mới lạ, như vậy gạch Đời Tân là loại gạch kiểu mới. Muốn được vậy ông phải cho ra một loại gạch có mẫu mã mới, đa dạng về màu sắc, những hình hoa văn trên gạch phải đẹp và mỹ thuật, viên gạch phải có chất lượng bền bỉ, giá tiền phải thấp hơn những loại gạch khác, như vậy gạch Đời Tân mới đứng vững trên thị trường.

Ông Nguyễn Tấn Đời đã bỏ hết tâm huyết vào xưởng gạch, từ một xưởng gạch nhỏ 5 máy ép làm gạch, ông khuếch trương lên cả trăm máy, nhân công trên trăm người. Thợ chánh của ông vốn là người Hoa gốc Triều Châu từ Nam Vang về Việt Nam giúp ông, bên cạnh còn có vợ con phụ giúp. Ông ra ngoài khuyến mãi các mặt hàng, đôi khi ông phải đi lót gạch cho người mua gạch, ông biết xem trọng khách hàng, một yếu tố để thành công trên thương trường. Theo ông nhận thấy trong kỹ nghệ sản xuất muốn thành công ngoài tiền vốn, máy móc và nguyên liệu phải tốt, người làm chủ phải có sáng kiến canh tân và chuyên môn trong nghề phải cao. Từ những suy nghĩ cơ bản ông quyết định xuất ngoại tìm hiểu những kỹ thuật làm gạch. Nguyễn Tấn Đời xin đi Pháp, ông đến vùng Guillon Barthelemy để trao đổi nghề nghiệp. Người Tây Phương không giấu nghề như người Á Châu nên ông học được nhiều điều mới đem về áp dụng cho hãng gạch. Công việc làm ăn của ông phất lên như diều gặp gió.

Khi xưởng gạch đã lên quĩ đạo, ông không dừng lại trong vai trò chủ nhân một hãng gạch bông. Ông mở rộng kinh doanh sang những ngành nghề khác theo thứ tự thời gian như: dịch vụ chuyển ngân Sài Gòn-Paris-Hong Kong, nhập cảng lưới cá từ Nhật, xuất cảng gạo tấm sang Hong Kong và Singapour, lập công ty quảng cáo vẽ bảng hiệu và cắm bảng hiệu cho thuê, lập công ty Cửu Long Film làm phụ đề cho thuê, mua tàu đánh và công ty đông lạnh, làm chủ nhiệm nhật báo Việt Nam Thời Báo và tập san Phòng Thương Mại Sài gòn. Có thể nói thời gian nầy tiền bạc cứ đua nhau chạy vô nhà của ông. Năm 1953 ông mua đất xây cao ốc cao 6 tầng, tầng dưới làm nhà hàng Mai Loan, những tầng khác là phòng cho thuê có tất cả 125 phòng trên đường Trương Công Định, khách thuê phòng của ông đa số độc thân như: các ca, nhạc sĩ phòng trà, các phóng viên nhà báo, nhà văn... Hai năm sau ông lại xây cao ốc Tân Lộc chỉ có 90 phòng, cao 5 tầng, nhưng thuộc loại sang trên đường Lê Thánh Tôn. Năm 1956 xây cao ốc Victoria trên đường Trần Hưng Đạo gồm 240 phòng. Năm 1960 xây President Hotel cũng trên đường Trần Hưng Đạo hướng gần Sài Gòn gồm 1,200 phòng. Ông Đời có tầm nhìn rất xa đầu tư vào địa ốc là một công việc kinh doanh đem lại lợi nhuận và không bao giờ thất bại, cao ốc ông xây lên có người thuê mướn ngay nhất là với người Mỹ một lợi nhuận rất cao. Sài Gòn có nhiều công việc cho người làm, người Pháp rời Việt Nam một số đồn điền loại nhỏ của người Pháp phải bán, ông Đời xem cái nào rẻ ông bỏ tiền mua ngay. Người Mỹ chi tiền rộng rãi hơn người Pháp, các quán bar, quán nhậu, phòng trà ca nhạc đèn màu mọc lên khắp nơi, thành phố Sài Gòn trở nên rộn rịp, người dân có tiền cũng biết tiêu xài.

Nguyễn Tấn Đời, một người nhìn đâu cũng thấy tiền, những đống phế liệu của Mỹ chất cao như núi bỏ không, nhưng với ông nó là tiền là vàng, ông tìm cách mua nó với giá thật rẻ, quân đội Mỹ cần dọn dẹp những phế liệu nầy nhưng chưa giải quyết được nay có người mua nó và hứa dọn sạch thôi thì giao cho Nguyễn Tấn Đời giải quyết. Hãng Vidico làm dây điện đang thua lỗ gần như phá sản, ông Đời nhảy vô mua nó, những phế liệu bằng đồng của Mỹ được đem nấu lại đem chế biến thành dây điện. Hãng Vidico qua tay Nguyễn Tấn Đời lại làm ăn khá lên, có người hỏi tại sao? Nguyễn Tấn Đời có phù phép thổi nó lên? Người có đầu óc kinh doanh khác hơn người thường, cách làm ăn của họ lúc nào cũng có tính toán, người xưa nói "Phi thương bất phú".

Tín Nghĩa Ngân Hàng

Sau khi chế độ Ngô Đình Diệm sụp đổ cường độ chiến tranh gia tăng, người Mỹ đổ quân vô Việt Nam, nền kinh tế Việt Nam phát triển nhờ Mỹ viện trợ. Trong việc buôn bán trao đổi với nhau bằng tiền mặt với số lượng tiền khá lớn rất bất tiện. Ngân hàng là một tổ chức trung gian về tài chánh, nơi người ta gởi tiền mặt hay tín phiếu vào ngân hàng và có thể lấy tiền mặt bất cứ lúc nào rất tiện dụng kể cả việc phát tín phiếu để người khác trao đổi tiền bạc.

Ở Sài Gòn ít người biết Nguyễn Tấn Đời là ai, chỉ nghe hãng làm gạch bông hiệu Đời Tân hoạt động mạnh, nhưng về sau người Sài Gòn gọi ông là vua cao ốc chuyên cho Mỹ thuê. Lúc nầy ông có rất nhiều tiền. Năm 1965 một số thương gia Việt Nam đứng ra xin phép thành lập Tín Nghĩa Ngân Hàng nhưng không đủ vốn qui định là 20 triệu, vì vậy họ mời Nguyễn Tấn Đời tham gia với vai trò Quản Trị Viên. Ông không có kinh nghiêm và hiểu biết về ngành ngân hàng nhưng vì mặt mày của một thương gia ông đồng ý góp 1/5 vốn tức 4 triệu vào Tín Nghĩa Ngân Hàng. Tuy là quản trị viên của ngân hàng nhưng ông không quan tâm với công việc của ngân hàng, ông chỉ chú tâm vào công việc làm ăn riêng của ông mà thôi.

Ngân hàng Việt Nam Thương Tín họat động hơn một năm, có nguồn tin cho Nguyễn Tấn Đời biết ngân hàng sắp sập tiệm tin nầy như tiếng sét với ông. Nguyên do các quản trị viên vay mượn tiền của ngân hàng làm ngân hàng thiếu vốn dự trữ. Để có giải pháp êm đẹp cho ngành ngân hàng, ông Thống Đốc Ngân hàng Quốc Gia, mời Nguyễn Tấn Đời gặp riêng để bàn kế hoạch cứu nguy. Nguyễn Tấn Đời được mời chỉ vì ông là một Quản Trị Viên của Tín Nghĩa Ngân Hàng có nhiều tiền nhất trong các quản trị viên. Theo đề nghị của ông Thống Đốc, Nguyễn Tấn Đời nên mua lại những cổ phần của các quản trị viên thiếu nợ ngân hàng để trở thành người có cổ phần nhiều nhất. Theo điều kiện qui định của Ngân Hàng Quốc Gia ông Đời phải mua lại 3/5 trị giá thật sự của Tín Nghĩa Ngân Hàng. Ngoài ra ông Đời phải bỏ thêm 100 triệu đồng tiền mặt vào Tín Nghĩa Ngân Hàng để hội đủ mức tiền dự trữ tối thiểu. Sau đó Ngân Hàng Quốc Gia sẽ cho vay 100 triêu để Tín Nghĩa Ngân Hàng tái họat động. Đồng thời Ngân Hàng Quốc Gia đưa những chuyên viên về ngân hàng vào làm việc cho Tín Nghĩa Ngân Hàng như: ông Dương Hoàng Danh Phó Tổng Giám Đốc Ngân Hàng Việt Nam Thương Tín, cùng phụ tá là ông Nguyễn Hữu Thiện và một số chuyên viên kỹ thuật, Nguyễn Tấn Đời trở thành ông chủ ngân hàng một môi trường hoàn toàn mới không có kinh nghiệm. Nhưng với sự thông minh và chịu khó học hỏi, mỗi khi Nguyễn Tấn Đời ký giấy tờ hay công văn, ông phải hỏi thật căn kẽ, được sự giải thích của nhóm viện trợ kỹ thuật trước khi ký. Nhờ vậy ông nắm vững kỹ thuật, các nguyên tắc của ngành tài chánh, ông bắt đầu chú ý và thích thú. Năm 1968 ông sang Canada thăm con đang du học nhân tiện tìm hiểu và học hỏi thêm về ngành ngân hàng.

Với kiến thức về ngành tài chánh ngân hàng qua sự tự tiềm tòi nghiên cứu, Nguyễn Tấn Đời quyết tâm rèn luyện thêm về trí lực. Sáng kiến là số vốn không ai cướp được, liên tục trong nhiều năm ông làm việc 7 ngày một tuần mỗi ngày trên 14 tiếng. Chỉ có sự hiểu biết thực tế, ý chí cương quyết và sự làm việc liên tục mới bảo đảm kết quả lâu dài. Sự thành công của ông là do việc quan sát và học hỏi, biết lợi dụng cơ hội. Trong nghiệp vụ ngân hàng ông đã nhìn thấy những yếu điểm :

Thứ nhất tranh nhau khách hàng to (giới bán sĩ), bỏ quên khách hàng nhỏ, nhất là đối với quần chúng bình dân.

Thứ hai: không khai thác trương mục tiết kiệm phổ cập đến dân chúng.

Thứ ba: không trả tiền lời ký thác công bằng (trả tiền lời theo kết số thấp nhất trong tháng).

Thứ tư: Chi phí lập hồ sơ cho vay, mở trương mục, phát hành chi phiếu và lệ phí chuyển ngân quá cao.

Từ những yếu điểm cố định của các ngân hàng trong nước, Nguyễn Tấn Đời lên kế họach cải tiến Tín Nghĩa Ngân Hàng tạo sự hấp dẫn, tạo cơ hội cho khách hàng đến mở trương mục với Tín Nghĩa. Nguyễn Tấn Đời đánh mạnh vào việc quảng cáo, quảng bá Tín Nghĩa Ngân Hàng với hình tượng ông Thần Tài. Thành Lập Ban Mại bản, Tiếp tân và chiêu đãi tất cả khách hàng lớn nhỏ. Mở thêm nhiều chi nhánh tạo điều kiện thuận tiện cho khách hàng mỗi khi đến làm việc với Tín Nghĩa.

Tín Nghĩa Ngân Hàng có biểu tượng hình ông Thần Tài cầm xâu tiền trong tay, người dân thường gọi Ngân Hàng ông Thần Tài. Với Tín Nghĩa Ngân Hàng Nguyễn Tấn Đời như cá vượt vũ môn, những chi nhánh Tín Nghĩa Ngân Hàng mở ra khắp các tỉnh thành, hàng trăm chi nhánh trên toàn miền Nam Việt Nam, gần như chiếm lĩnh toàn bộ các dịch vụ tiền gửi và cho vay. Chỉ trong vòng 4 năm ngân hàng của ông vượt trội Việt Nam Thương Tín. Tín Nghĩa Ngân Hàng có những điểm hơn các ngân hàng khác với nhiều lý do. Thứ nhất: tính phổ cập đến mọi tầng lớp dân chúng, mọi người có thể giao dịch với ngân hàng, ngân hàng không phải chỉ dành riêng cho một giới nào đó mà thôi, khuyến khích người dân bỏ tiền vào ngân hàng qua trương mục tiết kiệm, người bỏ tiền vào ngân hàng được cấp một sổ tiết kiệm và sẽ được hưởng tiền lời tính theo ngày không tính theo tháng như các ngân hàng khác. Để cạnh tranh với các ngân hàng khác, ngân hàng Tín Nghĩa có thể cho tiền lời cao hơn các ngân hàng khác, người bình dân có ít tiền cũng đem gởi vào ngân hàng của ông Thần Tài. Thứ nhì: người làm thương mại muốn vay vốn làm ăn đến Tín Nghĩa Ngân Hàng có thể thủ tục cho vay dễ dàng hơn, hoặc tiền vay lãi nhẹ nhàng hơn nơi khác. Mấy mươi năm trước ở Sài Gòn vang danh Chú Hỏa (Hui Bon Hoa 1845-1901) giàu nhất nước chỉ nhờ vào hệ thống cầm đồ cho vay với phân lời cao.

Với hệ thống ngân hàng người ta có thể đi vay tiền dễ dàng và nhanh chóng hơn, tiền lời thấp lại cố định…Nguyễn Tấn Đời với vai trò Chủ tịch Hội đồng Quản trị kiêm Tổng Giám Đốc Tín Nghĩa Ngân hàng có tài khoản ký thác 30 tỷ đồng trong khi đó những ngân hàng khác chỉ có 18 tỷ. Với khối tiền tỷ Nguyễn Tấn Đời đầu tư vào các dịch vụ sinh lợi vừa kiếm lợi nhuận cho cá nhân, vừa đem tiền vô ngân hàng coi như ông hưởng lợi hai đầu. Nguyên Tấn Đời có một quan niệm về sự thành công mang tính triết lý cho những người thích làm ăn buôn bán *" Phải biết mình ở đâu"* và *" Muốn đạt được thắng lợi, phải biết để mũi*

ra ngoài cưa sổ và đánh hơi thật xa, phải chính xác và kịp thời".

Đất Sài Thành vào thập niên 60 và đầu những năm 70 những người làm ăn ở thành phố nầy cũng phải có quan hệ dây mơ rễ má hay giao tế ít nhiều với các quan chức như vậy công việc kinh doanh họ sẽ dễ dàng hơn. Sự thành công của ông Đời làm nhiều người ganh tỵ tìm cách gây khó khăn cho ông, nhưng tất cả đều êm xuôi vì ông biết đồng tiền đi trước là đồng tiền khôn. Từ năm 1970 đến năm 1974 với sự lớn mạnh của Tín Nghĩa Ngân Hàng ông quen lớn nhiều giới chức cao cấp trong chánh quyền bao gồm những nhà làm chánh trị, trong đó có tướng Dương Văn Minh. Ngày nào người ta cũng thấy ông cầm vợt ra sân đánh tennis với ông Minh, ông chơi với các quan chức ngoài địa vị Chủ Tịch Hội Đồng Quản Trị, ông còn là Dân biểu Quốc Hội Việt Nam Cộng Hòa khóa 1971-1975 đại biểu cho tỉnh Kiên Giang. Cứ 50, 000 người dân có một đại biểu theo hiến pháp thời đó. Ông không ra ứng cử ở quê nhà chỉ vì ông không thể tranh lại với những ứng cử viên có gốc Phật Giáo Hòa Hảo, người tín đồ Phật Giáo Hòa Hảo chỉ bầu cho người của họ, tỉnh Long Xuyên tuy là quê của ông, cũng có nhiều người ưa thích ông nhưng ông không thể tranh cử vì nơi nầy là cái nôi của đạo Phật Giáo Hòa Hảo. Ông ra ứng cử ở Rạch Giá và đắc cử với số thăm bầu cho ông khá cao.

Chức dân biểu Quốc hội chỉ là lá chắn một tấm bình phong cho ông, với đặc quyền miễn tố trong một số trường hợp, nhưng với Nguyễn Tấn Đời là một việc khác, Tổng thống Nguyễn Văn Thiệu đã nghe nhiều chuyện về ông Đời, người ta nói với khả năng hiện thời, ông Đời có thể là một Lã Bất Vi trong tương lai có hại cho chiếc ghế của Nguyễn Văn Thiệu, ông Thiệu không thể để yên cho Đời muốn làm gì thì làm. "Tiên hạ thủ vĩ vi cường" ra tay sớm là hơn hết. Tháng 3 năm 1974 trong vòng 48 tiếng đồng hồ sau khi chánh quyền ra lệnh phong tỏa tất cả Tín Nghĩa Ngân Hàng, ông Nguyễn Tấn Đời bị bắt khẩn cấp. Cuộc thẩm vấn diễn ra nhanh chóng, ông bị tống giam vào khám Chí Hòa miễn tử kim bài (chức dân biểu Quốc hội) không còn là lá bùa hộ mạng. Cái thế tam quyền phân lập chỉ là nhãn hiệu không giá trị gì hết. Năm 1972 Cộng sản vượt vĩ tuyến 17 tấn công Quảng Trị, Quốc Hội thông qua "Luật Ủy Quyền" để Tổng thống Nguyễn Văn Thiệu rộng quyền ứng phó với tình hình quân sự. Việc bắt Nguyễn Tấn Đời là một chuyện nhỏ không vi hiến, nhưng với Nguyễn Tấn Đời là một nỗi oan, ông chỉ có một cái tội là quá giàu. Cái tội mà chánh quyến kết cho ông là làm ngân hàng Tín Nghĩa mất cân đối thu chi và không còn khả năng chi trả cho khách hàng. Cá nhân ông Đời đã vi phạm việc huy động vốn vào đầu tư và kinh doanh.

Khám Chí Hòa một nhà tù phức tạp được xây dựng thời Pháp thuộc được duy trì tới ngày hôm nay. Nguyễn Tấn Đời bị bắt đưa vào Nha Cảnh sát Đô thành chính Trang Sĩ Tấn Giám Đốc Nha thẩm vấn sau đó giam Nguyễn Tấn Đời vào khám Chí Hòa. Người tù trong khám được giam giữ trong nhiều khu riêng dành cho các thành phần tội phạm khác nhau, Nguyễn Tấn Đời là một người đặc biệt trên nguyên tắc ông phải được đối xử khác hơn những tội nhân khác, nhưng ông được giam chung với những người tù hình sự có thành tích côn đồ ngoài xã hội. Những tên tù nầy biết ông là ai, bọn chúng ra tay hành hạ ông, bắt ông nói với gia đình phải mang thức ăn ngon vào thăm tù để chúng hưởng thụ, đồng thời đòi tiền chuộc mạng. Một đòn hiểm của chánh quyền thời đó dùng tù nhân khai thác tù nhân, thủ đoạn nầy hiện nay đang được nhà cầm quyền Cộng sản thực thi đối với các nhà tranh đấu cho dân chủ và nhân quyền.

Dưới áp lực nhà tù Nguyễn Tấn Đời phải ký bạch khế để người của Tổng thống Nguyễn Văn Thiệu lấy tiền ngân hàng ở Thụy Sĩ. Một số tiền khá lớn, nhưng theo hồi ký của ông không nói bao nhiêu, và ông đã làm đơn kiện ngân hàng Thụy Sĩ sau khi định cư ở Canada trong vòng 20 năm nhưng không có kết quả cho đến ngày ông từ trần. Việc ông ký bạch khế qua sự trung gian của ông Huỳnh Trung Chánh một luật sư, chánh án của tỉnh Kiên Giang nơi ông ra ứng cử dân biểu, phía chánh quyền có Đại tá Phạm Kim Qui, Trang Sĩ Tấn, phía đại diện gia đình Nguyễn Tấn Đời có Bác sĩ Dân biểu Mã Xái đơn vị Long Xuyên.

Ngày 29 tháng 4 năm 1975 Tổng Thống Dương Văn Minh ký lệnh phóng thích Nguyễn Tấn Đời, Nguyễn Tấn Đời về nhà ở Sài Gòn, vợ và con của ông đã tìm cách xuất ngoại sang Canada trước, trong khi ông đang bị giam ở khám Chí Hòa. Họ ra đi theo lời khuyên của ông bởi vì theo ông suy đoán chế độ miền Nam sẽ mất. Ngày 30 tháng 4 năm 1975 Nguyễn Tấn Đời chứng kiến Sài Gòn rơi vào tay Cộng sản. Miền Nam dưới sự quản lý của miền Bắc sẽ tiến lên Xã Hội Chủ Nghĩa. Ông Đời thấy dưới chế độ mới không thể tiếp tục làm giàu có khi lại bị tù trở lại, ông đã tìm cách vượt biên bằng ghe tàu. Ông Thiệu bắt ông bỏ tù nhưng vợ con không bị tội của chìm họ vẫn còn cất giấu đủ để hậu thân khi ông ra tù.

Ngày 01 tháng 5 năm 1975 Nguyễn Tấn Đời đi Vũng Tàu tìm đường vượt biển nhưng không đi được, ông quay ngược về Rạch Giá. Ở Rạch Giá mấy hôm có người mách bảo cho biết có ghe tổ chức vượt biển, chủ tàu bảo với Nguyễn Tấn Đời có nhiều người biết mặt ông, nên ở Rach Giá không tiện tạm thời về Long Xuyên tạm lánh, hẹn ngày 7 tháng 5 năm 1975 sẽ khởi hành. Chủ ghe bảo quần áo đồ đạc, tiền, vàng hãy đưa cho ông đem giấu trước dưới ghe. Tin lời chủ ghe Nguyễn Tấn Đời đưa một phần, còn vàng và đô la ông không giao hết cho chủ ghe. Đến ngày hẹn ông trở vô Rạch Giá chủ ghe biến mất, ông biết mình bị gạt rồi. Không thể bỏ cuộc nửa chừng, ông đón ghe đi Phú Quốc tìm đường đi tiếp. Tại Phú Quốc Nguyễn Tấn Đời tìm mua ghe để vượt biển, tiền bạc của ông không còn nhiều vì bị chủ ghe ở Rạch Giá gạt lấy đi một phần. Nhưng ở Phú Quốc ông gặp được người tốt họ chịu giúp ông. Ông tin tưởng Quan Thương Đẳng Đại Thần Nguyễn Trung Trực đã phù hộ ông. Ngày 12 tháng 5 năm 1975 ông vượt biển đến Thái Lan, người Thái đưa ông vô trại Song Kla chờ ngày định cư theo diện đoàn tụ với vợ con ở Canda.

Định cư ở Canada, năm 1978 Nguyễn Tấn Đời lập nhà hàng bán thức ăn theo phong cách người Nhật với thương hiệu "Kobe" đã thành công ở Canada và các tiểu bang của Hoa Kỳ như: Florida, Washington DC, Chicago, New York, Hawaii... Ông chết vào ngày 6 tháng 7 năm 1995 hưởng thọ 73 tuổi. Nguyễn Tấn Đời để lại cho người đời những bài học quí giá, những kinh nghiệm sống thiết thực. Quan niêm sống của ông là giúp đỡ bà con họ hàng và bạn bè, nhưng trên thương trường là cạnh tranh quyết liệt không nương tay, thương trường với ông là chiến trường một sống hai chết.

Tài liệu tham khảo

Hồi Ký Nguyễn Tấn Đời

Các bài viết về Nguyễn Tấn Đời trên internet

HOÀNG SƠN LONG
CHUYỆN QUÊ TÔI
Truyện lịch sử
Xuất bản USA 2017

*Kính tặng đồng hương
hai tỉnh An Giang và Kiến Phong*

HOÀNG SƠN LONG
CHUYỆN QUÊ TÔI
Xuất bản USA 2017

www.ingramcontent.com/pod-product-compliance
Lightning Source LLC
Chambersburg PA
CBHW051457250726
48655CB00001B/454